ઋણ

(સંવેદનાઓની અભિવ્યક્તિ)

ખ્યાતિ દેસાઈ

NIRMOHI PUBLICATION
Where Words Illuminate Worlds
nirmohipublication@gmail.com
9624244390, Mehsana, Gujarat

Copyright © 2024 Khyati Desai

અર્પણ

મારું આ પુસ્તક મારાં પરમ પૂજ્ય માતા-પિતા શ્રીમતી દીપ્તિબેન દુષ્યંતભાઈ લાખિયા અને દુષ્યંતભાઈ ભાસ્કરરાવ લાખિયા ને સમર્પિત કરું છું.

• ઋણાનુબંધ – સંવેદનાની અભિવ્યક્તિ

• કોપિરાઇટ 2024 © ખ્યાતિ દેસાઈ

• ઋણાનુબંધ – સંવેદનાની અભિવ્યક્તિ

• ખ્યાતિ દેસાઈ

• કિંમત – 251/-

• પ્રકાશન –

નિર્મોહી પ્રકાશન

મહેસાણા, ગુજરાત.

મો. નં. – 9624244390

ઇમેલ આઇડી – *nirmohipublication@gmail.com*

પ્રસ્તાવના

મારી ટૂંકી વાર્તાઓનું પ્રથમ પુસ્તક 'ઋણાનુબંધ - સંવેદનાની અભિવ્યક્તિ' આપ સૌ સમક્ષ રજૂ કરતાં અનહદ આનંદની અનુભૂતિ કરી રહી છું. મારા દ્વારા જોયેલા કિસ્સા, અનુભવેલા સંબંધો, જાણેલું અને જોયેલું ઘણું બધું મારા વિચારોને આધીન કંડારીને વાર્તાઓ સ્વરૂપે આપ સમક્ષ પ્રસ્તુત કરી રહી છું. વિવિધ પાત્રો એ લેખકની કલમની કરામત હોય છે. મેં મારા વિવિધ પાત્રોને મારી કલ્પનાના રંગથી નિતારીને તૈયાર કર્યા છે. એક સારો બોધ આપે અને એક પોઝિટિવ મેસેજ છોડે એવી મારી અપેક્ષાથી કામ કર્યું છે. દરેક વાર્તાની રજૂઆત અને વર્ણન એકમેકથી અલગ તેમજ અનોખા છે. એકાદ બે વાર્તામાં સત્ય ઘટનાના અંશને અર્ક તરીકે સ્વીકારીને પાત્રને મેં મારી રીતે ઘડ્યું છે.

અમદાવાદની નામાંકિત શાળા 'શ્રી નારાયણ ગુરુ વિદ્યાલય' માં આસિસ્ટન્ટ ટીચર તરીકે છેલ્લા 27 વર્ષથી કાર્યરત છું. અનેકવિધ વાલીઓના સંપર્કમાં આવવાનું થાય છે. એમની સમસ્યાઓ, એમના જીવનમાં ઉદ્દભવતી બાબતો, એમને નડતરરૂપ બનતા પારિવારિક કિસ્સાઓ, એ મારી સાથે ચર્ચા કરતા હોય છે અને એમાંથી જ મને વિચાર બીજ પ્રાપ્ત થતું હોય છે. એટલું જ નહીં આજની યુવા પેઢી મોજ અને મનોરંજનની પાછળ ઘેલી બની છે. સોશિયલ મીડિયાનો બેફામ ઉપયોગ કરે છે. પોતાની જાતને પણ એ સેલિબ્રિટી જેવી રજૂ કરવા માટે મેકઅપનો, અન્ય એપનો સહારો લે છે. પોતાના જીવનના નાના નાના કિસ્સાને પબ્લિક સમક્ષ રજૂ કરી પોતે પણ એક સેલિબ્રિટી હોય એવું એ વિચારતી હોય છે. મારા યુવા વિદ્યાર્થીઓના માનસને મેં વાર્તા તરીકે વર્ણવીને ઓપ આપ્યો છે. કોઈક વાર્તાની અંદર સંસ્કારોનું ઉદ્દીપન છે, ક્યાં શિક્ષણના તેજથી પ્રજ્વલિત બની કમાતી પેઢીનો અહમ પણ

દર્શાવવામાં આવ્યો છે અને એના દ્વારા જે કાર્યો થાય છે એના પરિણામમાંથી એ શીખે છે એ વસ્તુ પણ સમજાવાઈ છે. ગ્રામીણ સંસ્કૃતિની અંદર શિક્ષણ ઓછું હોય પણ સમજણ કેવી તેજ છે, એ વાત ભાવપૂર્ણ પાત્ર લેખન દ્વારા રજુ કરી છે. પોતે કુશાગ્ર અને બુદ્ધિશાળી હોય, પતિ અને પરિવાર પણ તેજસ્વી હોય પણ પોતાનું સંતાન અભ્યાસનો જે પ્રવાહ પસંદ કરીને આગળ વધવા આચરણ કરે છે, ત્યારે શું પરિણામ આવે એની પણ આજના જમાનાને તર્કસંગત વાર્તા તરીકે રજૂઆત કરવાનો પ્રયાસ કર્યો છે. ક્યાંક સ્ત્રીની સમર્પણની ભાવના રજૂ થઈ છે, તો ક્યાંક સ્ત્રીની સમયસૂચકતાપૂર્ણ વર્તનથી પરિવારને હેમખેમ પાર કરવાની મનોવૃત્તિની અભિવ્યક્તિ કરી છે. એક ભારતીય અને બીજી પરદેશની વ્યક્તિ ભગવદ્ ગીતાના માધ્યમથી એક થયાં છે, એક અનોખી વાર્તા પણ રજૂ કરવાનો નમ્ર પ્રયાસ થયો છે.

મારી દરેક વાર્તાની રચનામાં મારું ઊંડું મનોમંથન અને વિચારશીલતાપૂર્ણ અભિવ્યક્તિ પ્રતીત થશે. મારી આ રચનાઓ આપ સૌને પણ પસંદ આવશે એવી મને અપેક્ષા છે. આપના પ્રતિભાવો આવકાર્ય રહેશે અને આપના પ્રતિભાવ મને વધારે સુંદર લખાણ લખવા માટે પ્રેરશે ને મારું પીઠબળ બની રહેશે.

સ્વીકૃતિ

મારાં માતા-પિતાએ વાંચનના શોખને પોષ્યો છે. મારાં માતા-પિતાનું સતત માર્ગદર્શન, નિત નવા વિચાર બીજ, અને કોઈપણ જગ્યાએ કંઈક નવું જાણવા મળ્યું હોય, એની મને આપવામાં આવતી માહિતી. આ બધાની ફલશ્રુતિ એજ કે હું આ પુસ્તક લખવામાં સક્ષમ બની એટલે સૌથી પહેલાં એમનો આભાર માનું છું. સતત ભાગદોડ વાળી જિંદગીમાં અનેક કાર્યો સાથે મારા પતિ શ્રી જીગર દેસાઈએ મને સપોર્ટ કર્યો, એટલે હું એમની પણ આભારી છું. મારો પરદેશ સ્થિર થયેલો દીકરો સ્વરિલ દેસાઈ અને પુત્રવધૂ આશના પરીખ દ્વારા મને સતત મારા મનગમતા ક્ષેત્રની અંદર કાર્ય કરવા માટે પ્રેરણા આપવામાં આવી રહી છે. મારા પ્રત્યેક લેખન કાર્યને એ લોકો વાંચે છે, બિરદાવે છે, સમજે છે અને સતત આગળ વધવામાં મને પ્રોત્સાહિત કરે છે, એટલે હું એમની આભારી છું. આ પુસ્તક લખવામાં એમને મને બહુ જ સાથ, સહકાર અને માનસિક ટેકો આપ્યો છે.

મને લેખન ક્ષેત્રે આગળ વધવામાં પોતાનું માર્ગદર્શન યોગ્ય સલાહ સૂચનો આપી મારી આ કલાને કંડારવામાં શ્રી તખુભાઈ સાંડસૂરે બહુ મોટો ફાળો આપ્યો છે. તેમની હૃદયસ્થ આભારી છું. મારા લેખન કાર્યને ટેકનિકલ સપોર્ટ કરવામાં મારો વિદ્યાર્થી અકબરી આયુષ અને મારા સહ કર્મચારી શ્રી ભાવેશભાઈ પ્રજાપતિનો અંતઃકરણથી આભાર વ્યક્ત કરું છું. મારા લેખન કાર્યને સુંદર રીતે તૈયાર કરી પુસ્તક રૂપે પ્રગટ કરવામાં પોતાનો સમય, શક્તિ સાથ અને યોગ્ય સહકાર આપવા માટે શ્રી અંકિત ચૌધરી 'શિવ' અને નિર્મોહી પબ્લિકેશન ટીમનો અંતઃકરણથી આભાર વ્યક્ત કરું છું.

અનુક્રમણિકા

1. ભેટ

રીપા સવારના પહોરમાં પથારીમાંથી આંખો ચોળતી એકદમ બેઠી થઈ ગઈ. ભગવાન કૃષ્ણના સુંદર મજાનાં ભજનનો અવાજ, જે તરફથી આવી રહ્યો હતો, ત્યાં ચુંબકની જેમ તે ખેંચાઈ. ફર્સ્ટ ફ્લોરની બાલ્કની અને ડ્રૉઈંગ રૂમમાંથી ઊતરતી સર્પાકાર સીડી પસાર કરી ત્યાં તે જવા અધીરી બની. ઝડપથી નિત્યક્રમ પરવારી, એ ગવાતાં ભજનના સાનિધ્યમાં પહોંચી ગઈ. ડાઇનિંગ રૂમની બાજુમાં રહેલું સુંદર મજાનું આરસપહાણનું નીજ કૃષ્ણ મંદિર અને એની સામે એક ચિત્ત બની ઈશ્વરના ભજન ગાતા એના સાસુ વીણા બહેન. રીપાને કથન સાથે પરણીને આવે બરોબર ચાર મહિના થયા હતા. પણ આ ચાર મહિનામાં અને એ અગાઉ સગાઈના ત્રણ મહિના દરમિયાન એણે ક્યારેય વીણાબહેનના મુખેથી એક સ્તુતિ પણ સાંભળી નહોતી. મહારાજ દ્વારા પીરસાયેલ ચા-નાસ્તો ઝડપથી કર્યા, પણ એનું ચિત્ત તો એ ભજનમાં જ હતું. બાલ્યાવસ્થાથી એ માતા-પિતા સાથે વૈષ્ણવ પરિવારની હવેલીએ જતી. વીતી ગયેલા સાત મહિના રીપાની નજર સમક્ષ ચિત્રપટની જેમ ફરી ગયા. કથનના દાદી મંજરીદેવી મારફતે એમબીએ થયેલી, રીપા માટે સી.એ થયેલા કથનનું માગું આવ્યું અને મંજરીદેવીની જીદ્દને પરિણામે અંગત સ્વજનો અને સ્નેહીજનોની હાજરીમાં રંગેચંગે તેમનાં લગ્ન થઈ ગયાં. ઘરના નોકરચાકરથી માંડીને કથનના પિતા એવા પ્રમોદરાય સુધી બધાં જ આ લગ્નનાં

સાક્ષી બન્યાં હતાં. મંજરીદેવી ની જબરજસ્ત ધાક, સૌ કોઈ તેમનો પડ્યો બોલ ઝીલતાં. સમગ્ર જગ્યાએ તેમનું એકચક્રીય શાસન હતું. વટવહેવાર અને ઉજવાતા પ્રસંગો એમના નિર્ણય મુજબ થતાં. કશેય પણ બહાર જવાનું હોય તો પ્રમોદરાયની બાજુની સીટ મંજરીદેવી ની જ રહેતી. શ્વેત વસ્ત્રો સાથે નાકમાં ઝળહળતી હીરાની ચૂક તેમની તેજસ્વીતામાં વધારો કરતાં. તેમના નજરના એક ઈશારે સઘળું સમજી જનાર પ્રમોદરાય પણ માતાના દિપ્તીવંત વ્યક્તિત્વ સામે ઝાંખા લાગતાં. વીણાબહેન પણ મૂંગે મોઢે મંજરીદેવી ની તમામ સૂચનાને અનુસરતા. સાધારણ કુટુંબમાંથી આવેલા વીણાબહેન માટે આવું સાધન સંપન્ન અને સમાજનું મોભાદાર પરિવાર એ પિયરની અંદર શાખ અને પ્રતિષ્ઠાનું સાધન બની રહેલું.

રીપાના લગ્નના થોડાકજ દિવસોમાં ૧૩ વર્ષની જૈફ વયે મંજરીદેવનું મૃત્યુ થયું. લગ્ન માટેની ઉતાવળનું કારણ સૌને સમજાયું. comming events cast there shadows before. આજે દાદીના મૃત્યુને બરાબર સવા મહિનો પૂરો થયો. તમામ લૌકિક ક્રિયાઓ પણ પૂર્ણ થઈ હતી. સુશાસિત ઘરનું અનુશાસિત વાતાવરણનો કાર્ય બોજ વીણાબહેન ઉપર હતો. કથનનો હાથ રીપાના ખભે મુકાતાં, 'કેમ મેડમ આજે ઓફિસ નથી જવું?' તેના જવાબમાં રીપા માત્ર હાસ્યથી 'બસ નીકળું જ છું હું.' ઈશારો કરી ઊભી થઈ અને કથન પોતાની ઓફિસે જવા માટે તૈયાર થયો, હાથમાં ફાઇલો રાખી અને એના રૂમભણી જવા દાદર ચઢી ગયો. બહારની લીલી લોનમાં છત્રી હેઠળ છાપું વાંચવામાં અને ફાઇલો ઉથલાવવામાં મગ્ન એવા એના સસરા પ્રમોદરાય ઉપર કર્ણપ્રિય

ભજનની કોઈ અસર નહોતી. કથન અને પ્રમોદરાય ગવાતાં ભજનો વખતે પણ પોતાની ચાર્ટર્ડ એકાઉન્ટન્ટની પ્રતિષ્ઠિત પેઢીના કામકાજ અંગેની ચર્ચામાં વ્યસ્ત હતા. એન્જિનિયર બનવા ઇચ્છતા કથનને પરાણે મંજરીદેવી ના સૂચનથી સી.એ જ બનવું પડ્યું હતું. પિતા અને દાદા કલ્યાણ રાવની ચાર્ટર્ડ એકાઉન્ટન્ટની પેઢી વારસાગત રીતે કથનના ભાગે આવે અને કથન વર્ષોથી ચાલી આવતી આ પેઢીની આબરૂ બરોબર જાળવે, તેવું શરૂઆતથી જ ગોઠવવામાં આવ્યું હતું. મંજરીદેવીની વિરુદ્ધમાં જવાની કોઈની તાકાત કે હિંમત નહોતી.

રીપા ઓફિસમાં વિચારતી રહી ને ગૂગલ ઉપર આ ભજનો અંગે સંશોધન કર્યું. પોતાની ફ્રેન્ડ સાથે ચર્ચા કરી, હવેલી સંગીત વિશે જાણતી હોય એવી વ્યક્તિઓનો સંપર્ક કરી, એના વિશે વધુ જાણવાનો પ્રયાસ કર્યો. એમ કરતાં આઠ દસ દિવસ પસાર થઈ ગયા અને ભજનો સાંભળવાનો આ નિત્યક્રમ રોજિંદો થતો રહ્યો. એક દિવસ કથને રીપાને કીધું, 'આવતા મહિને મમ્મીની વર્ષગાંઠ છે. મમ્મીને શું ભેટ આપવી? અને કેવી રીતે ઉજવણી કરવી એનું પ્લાનિંગ તારે કરવાનું છે.' ખુશીથી આશ્ચર્યચકિત બની એ કથન સામે મલકાઈ, 'એમ મમ્મીની વર્ષગાંઠ છે. ઓકે ડન.' અને મનોમન એણે કંઈક ગણતરી કરી લીધી. બીજે દિવસે જરાક નવરા પડેલા વીણાબહેનને એણે બહુ પ્રેમથી પૂછ્યું. 'મમ્મી તમે ખૂબ સરસ ગાવ છો.' કંઈક કહેવા તત્પર હોય એમ વીણા બહેનનાં મુખમાંથી વર્ષો બાદ શબ્દો સરી પડ્યા. 'બેટા આ ઘરમાં પરણીને આવી એ પહેલાં સંગીત વિશારદ થઈ ગઈ હતી, પછી તો આ ઘર,

વર, બા અને કથનમાં એવી ગુંથાઈ ગઈ કે સંગીત માટે સમય ન ફાળવી શકી.' રીપા મમ્મીના વખાણ કરતા કહેતી ગઈ, 'બહુ સરસ ગાવ છો ચાલુ રાખજો. ઘરનું વાતાવરણ પણ એથી પવિત્ર અને આનંદિત બની જાય છે.' છાપામાંથી મોઢું હટાવી પ્રમોદરાય માત્ર વીણાબહેન સામે સૂચક નજરે જોઈ રહ્યા. જે કલાની પ્રતિષ્ઠા થકી વીણા બહેનની પસંદગી પ્રમોદરાય માટે કરવામાં આવી હતી, એજ સંગીતની સાધના લગ્ન બાદ એમને બંધ કરી દેવાનું સૂચન મંજરીદેવી દ્વારા થયું હતું. એ બધું તો ઉત્તમવર મેળવવા માટે હોય. હવે એમણે ઘરમાંજ ધ્યાન આપવું એવું એમનો આદેશ હતો. જે સૌએ માનવોજ રહ્યો હતો. મંજરીદેવી ના મૃત્યુ બાદ ઘરમાં જાણે ઇચ્છિત સ્વતંત્રતા સૌ એ માણતા હોય એવી પરિસ્થિતિ સર્જાઈ હતી. રાહતનો શ્વાસ, અને ઉંમર મુજબનું મુક્ત જીવન સૌ સંયમિત રીતે માણતા અને અનુભવતાં.

મમ્મી મારી ઓફિસમાં એક પાર્ટી છે, તમારી એક સાડી જોઈએ છે કબાટની ચાવી આપશો? એક રવિવારની સવારે રીપા દ્વારા બોલાયેલા શબ્દોથી કેડે લટકતો ચાવીનો ઝૂડો પ્રેમથી વીણાબહેને રીપાના હાથમાં મૂકી દીધો, 'જા, તને ગમે તે સાડી લઈ લે.' એક દોઢ કલાકની મથામણના અંતે ચાવીનો ઝૂડો પુનઃ વીણાબહેનના હાથમાં થમાવી દીધો. મમ્મી હું મારી પાસે રહેલા બ્લાઉઝને મેચિંગ સાડી ફરીથી શોધી જઈશ.

બે-ચાર દિવસ પછી જાહેર રજાના દિવસે વળી પાછી એની એજ માથાકૂટ. રીપાએ ખાસ ત્રણ કલાક બગાડી વીણાબહેનના

બધાં કબાટો ફેંદી કાઢ્યા. ગમતી એક સાડી કાઢી એણે આનંદથી ચાવી સુપ્રત કરી, 'કેમ આજ તો બહુ ખુશ છે, કોઈ મોટો ખજાનો હાથ લાગી ગયો છે કે શું?' સાસુના પ્રશ્નના જવાબમાં રીપા માત્ર હસી. રીપાને એક નાનકડી લાલ ડાયરી વીણાબહેનના એક કબાટમાંથી મળેલી. અંદર રહેલું લખાણ ઝડપથી ફટાફટ વાંચેલું. લખાણને મનમાં એણે ક્રમબદ્ધ ગોઠવી દીધું અને જ્યાંથી લીધેલી એજ રીતે એણે ડાયરી પાછી મૂકી દીધી.

હવે આવ્યો વીણાબહેનનો જન્મદિવસ, પ્રમોદરાય બોલ્યા, 'આપણે સરસ હોટલમાં જમવા જઈશું.' કથન બોલ્યો, 'રીપા આની આખી ગોઠવણ મેં તને કરવા કહ્યું હતું.' રીપાએ કહ્યું, 'મમ્મીને જમવાનું બનાવવાનો બહુજ શોખ છે અને બધાને પ્રેમથી ખવડાવવાનો પણ... તો કેમ આપણે સાંજે હોટલમાં ન જઈ શકીએ?' મનથી વીણાબહેન ખૂબ ખુશ થયા. પ્રમોદરાયને પસંદ એવો રવાનો શીરો એમણે બનાવ્યો. કથનને ભાવતું મટર પનીરનું શાક બનાવ્યું. રીપાને ભાવતી ખાટીમીઠી કઢી અને પુલાવ બનાવ્યો અને ડેઝર્ટમાં મજાનો સૌને ભાવતો આઈસ્ક્રીમ સર્વ થયો. આનંદ અને ઉલ્લાસનું વાતાવરણ ઘરમાં પથરાઈ ગયું અને વીણાબહેને અનુભવેલો વર્ષો પછીનો મનભાવન ખાણાને બનાવવાનો અને ખવડાવવાનો સંતોષ અવર્ણ્ય હતો. 'પપ્પા આજે સાંજે હોટલમાં છે ને! આપણે સૌ ચાટ ખાઇશું. ચાટ મળતા હોય ને એ હોટલમાં જઈએ તો કેમ..!' આજે આ શું થઈ રહ્યું છે એ વીણાબહેન સમજી નહોતા શકતા. એક ચાટની મસ્ત રેસ્ટોરન્ટની અંદર સૌ પહોંચી ગયાં. ભરપેટ ચાટનો આનંદ માણ્યો. વર્ષો બાદ

પોતાને ગમતી વસ્તુઓ થઈ રહી છે, એવો અહેસાસ વીણાબહેનને ઊંડે ઊંડે થવા લાગ્યો. ઘરે પાછા નીકળતી વખતે એક મોટી મજાની દુકાન પાસે રીપાએ ગાડી ઊભી રખાવી. પ્રમોદરાયના મુખમાંથી અવાજ સરી પડ્યો, 'કેમ અહીંયાં?'

અચાનક ગાડીમાંથી ઉતરી રીપા અને કથન એ દુકાનમાં ગયા અને એક ચાવી લાવીને એમણે પ્રમોદરાય અને વીણાબહેનને ગાડીમાંથી બહાર ઉતાર્યા અને પ્રેમથી ચાવી વીણાબહેનના હાથમાં આપી, અને કહ્યું, 'મમ્મી લો, અમારા તરફથી એક્ટિવા. તમને ટુ વ્હીલર પર ફરવાનો ખૂબ શોખ હતો ને?' વીણાબહેન કંઈ સમજી ના શક્યાં, 'બેટા હવે આટલી ઉંમરે આ બધું ક્યાં શોભે!' એમના મુખમાંથી આ શબ્દો નીકળી ગયા. આંખો નમાવી માફી માગતી હોય એ ઢબે રીપાએ કીધું, 'મમ્મી, સાડીમાં લપેટાયેલી મેં તમારી લાલ ડાયરીમાંથી જે વાંચ્યું હતું, તે અનુસરવાનો પ્રયાસ કર્યો છે. તમને રસોઈ કરવી ખૂબ ગમે છે. તમને બીજાને ખવડાવવું બહુ ગમે, તમને ગાડી કરતાં સ્કૂટર ઉપર ફરવું ખૂબ ગમે છે. તમને સંગીત બહુ ગમે છે. તમને પંજાબી ડ્રેસ અને મોડર્ન કપડાં પહેરવાં બહુ ગમે છે. બહુ વર્ષો સુધી તમે બંધનમાં જીવ્યા છો. મનુષ્ય અવતાર અને જીવન ફરી મળે કે ન મળે! જે ગયું એ ગયું પણ હવે જે છે એ માત્ર અને માત્ર તમારું બનાવીને આનંદથી માણો. હવે તમને જે ગમે છે, એ રીતે તમે જીવો.'

કથને ગાડીમાંથી એક પેકેટ બહાર કાઢી મમ્મીના હાથમાં મુક્યું, 'આ શું છે?' વીણાબહેનનું આશ્ચર્ય હજી શમ્યું નહોતું. 'મમ્મી આ તમારા માટે પંજાબી ડ્રેસ અને વેસ્ટન કપડાં છે. તમે પહેરો અને પપ્પાની સાથે સ્કૂટર પર એન્જોય કરો.' બોર જેવડાં આંસુ વીણાબહેનની આંખમાંથી ટપકી પડ્યાં. વીણાબહેન પ્રેમથી રીપાને ભેટી પડ્યા. મારા જીવનની આ સૌથી અમૂલ્ય અને અનમોલ ભેટ છે. ખુશીના આંસુ સાથે ખરડાયેલા મુખને આકાશ તરફ જોઈ એ મનોમન ઈશ્વરને વંદી રહ્યા.

કથને બીજું એક પેકેટ ખોલ્યું અને કહ્યું, 'મમ્મી જો રીપા તારા માટે હવેલી સંગીતની કેટલી બધી સીડી લાવી છે. અને આ સ્પેશિયલ તારું સીડી પ્લેયર. એમાં તું તારી આ સીડી સાંભળી શકીશ.' જે પોતે ના કરી શક્યા એ આવનાર પુત્રવધૂએ કરી બતાવ્યું, એનો આનંદ પ્રમોદરાયના અંતરમાં પણ વર્તાતો. અનાયાસે તેમનો હાથ ઊંચો થયો અને રીપાને આશીર્વાદથી એમણે નવાજી. પગે પડેલી રીપાના અંતરમનમાં પણ એક વિચાર ચમકી ગયો. 'હું આવીજ ભેટ મારી મમ્મીને પણ આપીશ.' એના વિચારનો પડઘો પડતો હોય એમ કથને પ્રેમથી રીપાનો હાથ એના હાથમાં લઈને ઊભી કરી.

2. કાગળ

'મયંકભાઈ મહેશભાઈ જોશી.' આ ત્રીજી વારની બૂમે મયંકભાઈએ કમ્પાઉન્ડમાં પાણી છાંટવાની ટ્યુબને ક્યારામાં નાખી ખુરશી ઉપર રહેલા નેપકીનથી હાથ લૂછતાં ઝાંપે આવ્યા. 'અરે બેન્કર સાહેબ કેમ છો.' વિદેશી ટિકિટ લાગેલું પરબીડિયું હાથમાં આપી રમેશભાઈ ટપાલીએ મયંકભાઈની ખબર પૂછી. 'બસ બેંકમાંથી નિવૃત્ત થયા પછી આપણી તો આ જ રોજિંદી જીંદગી! મારો બગીચો, મારું વાંચન અને મારા મિત્રો અને નેપકીન ખભે મૂક્યો. 'હા હા ભાઈ સરસ! નિવૃત્તિમાં પણ કંઈક પ્રવૃત્તિ એજ હવેનું સાચું જીવન.' સહી કરી મયંકભાઈએ એ પરબીડિયું હાથમાં લીધું. રમેશભાઈ તો તરત રવાના થઈ ગયા પણ હાથમાં રહેલા પરબીડિયા ઉપર અપરિચિત અક્ષરો જેમાં ભાષા અંગ્રેજી હતી પણ એમનું લખાણ ગુજરાતી હતું. અર્થાત્ WhatsApp લેંગ્વેજ. આમ-તેમ ઊથલાવી બે વાર જોયું અને પોતાનું જ સરનામું બે વાર વાંચ્યું. અપરિચિત અક્ષરોના મરોડ જોઈ હૃદયમાંથી એક છાનો નિશ્વાસ સરી પડ્યો.

એ પરબીડિયા ઉપર વિદેશી ટિકિટો જોઈ. મનમાં ક્રોધ અને કુતુહલનું કોકટેલ થઈ ગયું. એ અક્ષરો ઓળખવા મથતાં રહ્યા. વર્ષો બેંકમાં નોકરી કરી હતી. અક્ષરો અને આંકડા સાથે જાણે એમને ખાસ સંબંધ હોય એમ ઝીણી આંખે એ કંઈક શોધવા પ્રયત્નશીલ બની રહ્યા. એટલામાં એમનાં પત્ની માયાબહેન બહાર આવ્યાં. 'કોણ હતું? કોની સાથે વાતો કરતા હતા?' પોતાના

પતિના મુખ સામે જોતા હાથમાં રહેલા કાગળની ઉપર નજર પડતા માયાબહેન પણ આશ્ચર્યચકિત થઈ ગયાં. બરોડાના માંજલપુરમાં રહેતું આ કુટુંબ હવે માત્ર પતિ-પત્ની મયંકભાઈ અને માયાબહેનથી સીમિત બન્યું હતું.

ડ્રોઈંગરૂમમાં આવી મયંકભાઈ ધબક દઈને સોફા ઉપર બેસી ગયા. સેન્ટર ટીપોઇ પર એમણે કાગળ મૂકી દીધો. સોનેરી ફ્રેમના ચશ્મા પાછળ રહેલી વૃદ્ધત્વ તરફ ગતિ કરતી આંખોમાં પીડા, ટીસ, કરુણા, લાગણી જેવા કંઈ કેટલાય ભાવો આવીને અલોપ થઈ ગયા. આજકાલ કરતાં નિવૃત્તિને પણ દસ વર્ષ થઈ ગયાં હતાં.

મોહિતના કાગળો 15 વર્ષ પહેલાં નિયમિત આવતા. આવું જ સફેદ કવર અને એમાં આટલી જ ટિકિટો. મોહિત માયાબહેન અને મયંકભાઈનો એકનો એક દીકરો. MBBSનું ભણ્યા બાદ માસ્ટર્સનું ભણવા માટે અમેરિકા ગયો હતો. હાર્ટસર્જન બન્યા પછી એ ત્યાં જ સેટલ થયો હતો. એ માસ્ટર કરવા ગયો, ત્યારે પોતે તપોધન બ્રાહ્મણ છે અને ચુસ્ત બ્રાહ્મણ કુળની મર્યાદાઓ જાળવી અભ્યાસ કરી પોતાના દેશ પરત આવશે એવું એણે એના મા-બાપને કહ્યું હતું. એ વાત યાદ આવતા તીખાશના લાલ દોરા મયંકભાઈની આંખમાં તરી આવ્યા. સમય પસાર થતો ગયો અને મોહિતે ત્યાંની એક ડૉક્ટર છોકરી સાથે લગ્ન કર્યાં. જે સ્પેનિશ હતી. મોહિત જેટલું જ ભણેલી માર્થા, ખૂબ સુંદર, આકર્ષક અને તેજસ્વી હતી. મોહિતે એના માતા-પિતાને ખૂબ વિનંતી કરી હતી.

પોતાનો અને માર્થાનો સ્વીકાર તેનાં માતા-પિતા કરી લે. પણ આવેશમાં રહેલા પિતાને તેના આ લગ્ન સ્વીકાર્ય નહોતા અને મયંકભાઈએ સ્વેચ્છાએ જ મોહિત સાથેનો સંબંધ તોડી નાખ્યો. માયાબહેનને પણ મોહિતે કરેલું આ કાર્ય સહેજ પણ પસંદ આવ્યું નહોતું. એટલે પતિ-પત્ની એકબીજાના હુંફે પોતાનું શેષ જીવન પસાર કરતા. મીઠા, શાંત અને સૌમ્ય પ્રકૃતિના બંને જણા માટે સોસાયટીના સભ્યો સાથ અને સહકાર પૂર્ણ વર્તન રાખતા. પણ જ્યારે પોતાના મોહિતની ઉંમરના સંતાનો અને એમના સંતાનોને જોઈ મયંકભાઈ અને માયાબહેન મનોમન પીડા અનુભવતાં. મનોમંથન કરતા, પોતપોતાની રીતે સારું નરસુના દાખલા માંડી જવાબ મેળવવાનો, તાળો ગોઠવવાનો પ્રયાસ કરતા. છેવટે તો એમનું બ્રાહ્મણ કુળ એમના રીતરિવાજો જીતી જતા પણ આજે કંઈક પરિસ્થિતિ જુદી હતી. વધતી ઉંમરે એમને વિચારોમાં થોડોક બદલાવ આવ્યો હોય એવું એમણે અનુભવ્યું હતું. માયાબહેન બોલ્યા, 'શું? વિચાર કરો છો? ખોલો તો ખરા! કોનો કાગળ છે? આપણને ખબર તો પડે. લો આ પેપર કટર.' એમ કહી માયાબહેને કાગળ ખોલવા માટે મયંકભાઈને મજબૂર કર્યા. બહુ જ સરળતાથી પણ ચીવટાઈથી એમણે પેપર કટરની મદદથી પરબીડિયું ખોલ્યું.

નમસ્તે ગ્રાન્ડપા (દાદાજી)
જોન, માન્યા, મમતાના જય સોમનાથ.

અમે ત્રણે જણા તમારા ગ્રાન્ડ ચિલ્ડ્રન છીએ. અમને તમને મળવાની બહુજ ઇચ્છા છે. અમે પૂજા પણ કરીએ છીએ. સવારે

ઊઠી ડેડીએ શ્લોક શીખવાડ્યા છે. કરાગ્રે વસતે લક્ષ્મી તે પણ બોલીએ છીએ. રાત્રે સુતા અમે પ્રેયર કરીએ છીએ. ઓ ઈશ્વર ભજીયે તને. હિન્દુ ધર્મ અમે પાળીએ છીએ. ડેડીએ મમ્મીને બધું ઇન્ડિયન કલ્ચર શીખવાડ્યું છે, ખાવાનું પણ એ સરસ ઇન્ડિયન બનાવે છે. શીરો, ખીર, અને ખમણ ઢોકળા, પાતરા એ બધું અમારી મમ્મી ઘરે બનાવે છે અને અમને ખવડાવે પણ છે. ગ્રાન્ડપા અમને તમને મળવાની બહુ જ ઇચ્છા છે. તમારી સાથે અમને ગાર્ડનમાં રમવું છે. તમે ડેડીને જેમ સ્ટોરી કહેતા હતા એમ ડિફરન્ટ સ્ટોરીઝ અમારે તમારી પાસેથી સાંભળવી છે.

મારી મમ્મી સ્પેનિશ છે એટલે એના ધર્મમાં પહેલા બાળકનું નામ એના પપ્પાના નામ ઉપરથી પાડવું એટલે અમારા નાનાનું નામ જોન છે. એટલે અમારા મોટાભાઈનું નામ પણ જોન રાખવામાં આવ્યું છે. માન્યા અને મમતા ટ્વીન્સ છે. એટલે દાદાજી અને દાદીમાના નામમાંથી અક્ષરો લઈને ભેગા કરીને ડેડી-મમ્મીએ અમારું નામ માન્યા અને મમતા રાખ્યું છે. અમારી ઇચ્છા છે કે તમે અમારી સાથે રહો. અમારી સાથે રજાઓ ગાળો. અમારી સાથે સમય પસાર કરો. અને અમને અમારા દાદા-દાદીનો પ્રેમ મળે, એવું અમે ઇચ્છીએ છીએ. જો તમે હા પાડો તો અમે પાંચે જણા તમને ઇન્ડિયા મળવા આવવાની ઇચ્છા રાખીએ છીએ. તમારી સાથે રહેવા માગીએ છીએ અને તમે ઇચ્છો તો અમે તમને યુએસએમાં અમારા ઘરે લાવવાની ઇચ્છા રાખીએ છે. ઘણીવાર મેં અમારા ડેડીને તમને યાદ કરીને ખૂબ રડતા જોયા છે. અમે ગુજરાતી બોલી શકીએ છીએ પણ લખી શકતા નથી પણ સમજી

શકીએ છીએ. એટલે અમે લખેલા કાગળની ભાષા ગુજરાતી છે પણ લખાણ ઇંગ્લિશ છે.

અમારાથી કંઈ ભૂલ થઈ હોય તો અમે માફી માગીએ છીએ પણ શું દાદાજી અને દાદીમાં માણસને પોતાની જિંદગી પોતાની જાતે જીવવાનો હક નથી? અને અમારા દાદા-દાદીનો પ્રેમ મેળવવાનો અમને અધિકાર નથી? ભગવાને આટલા સરસ દાદા-દાદી આપ્યાં છે તો એમની સાથે અમારે જીવવું છે. જો તમે હા પાડશો તો અમે ચોક્કસ બરોડા તમારે ત્યાં આવીશું.'

કાગળ વાંચી મયંકભાઈ ચોધાર આંસુએ રડી પડ્યા. એમના પૌત્ર અને પૌત્રીઓએ મોકલેલા ફોટામાં મોહિતને શોધવા મથી રહ્યા. લગભગ પાંચથી સાત અલગ અલગ ફોટાઓ જોઈ નવાઈ પામી ગયા. જોન બરોબર મોહિતનું બીબું હતો. માન્યા બરોબર મયંકભાઈની કાર્બન કોપી હતી. અને મમતામાં માયાબહેનનો બહુ અણસાર હતો. બંને દીકરીઓ દેખાવે બરોબર માર્થા જેવી લાગતી. પાતળી સુંદર, કોમળ અને નમણી. જ્યારે જોન મોહિત જેવો લાગતો હતો. નીચે લખેલા મોટા અક્ષરો જે ફોન નંબર મોહિતનો દર્શાવતા હતા. પ્રેમથી મયંકભાઈએ ત્યાં હાથ ફેરવી લીધો. અને મોબાઇલના આંકડા દબાવતાં સીધો ફોન મોહિતને ઘરે લાગ્યો. સ્પીકર પર રહેલા એ ફોનમાંથી મયંકભાઈના શબ્દો સરતા હતા. વેલકમ માય ચિલ્ડ્રન. બરોડામાં તમારું સ્વાગત છે, વહેલામાં વહેલી તકે પહેલી ફ્લાઇટ પકડી તમે બરોડા આવો. હાસ્ય મિશ્રિત માયાબહેનનું મુખ માતૃત્વની

લાલીમાંથી શોભી ઊઠયું અને બીજો હાથ મયંકભાઈનો ખભો પકડીને, તમે સાચું જ કર્યું એવો ભાવ અનુભવાયો. જતી ઉંમરે ટીસ આપતા ખાલીપાને દૂર કર્યાનો ભાવ એમની આંખમાં ઊભરાતો હતો. પરિવારનું મિલન મોબાઇલ અને કાગળ દ્વારા થયું એનો આનંદ અનહદ હતો. બહુ વર્ષો પછી પતિ-પત્નીની આંખમાંથી કંઈક ગુમાવેલાની પીડામાંથી કંઈક નવું પ્રાપ્ત કર્યાનો આનંદ કાગળ થકી હતો એ અનુભવાયું. સામેથી સૌનો પડઘો વળતો પડ્યો. 'અમે બધાં બને એટલી જલ્દી તમારી પાસે ઊડીને આવીએ છીએ.' સાતે જણાએ આજીવન ના અનુભવેલા પારિવારિક પ્રેમનો અમૃતરસ અનુભવ્યો.

3. સદફ

वो जब याद आए, बहुत याद आए, गम जिंदगी के अंधेरों में हमने. चिरागे मोहब्बत की जलाए बुझाए. वो जब याद आए, बहुत याद आए...

મુલાયમ સોફા ઉપર પગ ઊંધા વાળી દિલકશ અદામાં બેઠેલી સાહેબજાન એક હાથ ગળાની ચેનને રમાડતી બેચેન બની રફીના આ ગીતને માણી રહી હતી. તેની નજર બહારના રસ્તે ઊંડે સુધી ખેંચીને દોરાયેલી હતી. એની બરાબર જમણી તરફ એની ફેશન ડિઝાઈનર નવયુવાન દીકરી જરીભરત ભરેલ ક્રીમ કલરનાં નવાબી સૂટને ઝીણવટથી નિહાળી રહી હતી. છેલ્લા છ મહિનાથી નિયમિત રૂપે એમની દુકાનમાં વાહીદ અંકલ મોંઘા સૂટ, રજવાડી કોટ નવાબી અચકન... જરીભરત ભરેલા મોંઘેરા કપડાં કરાવતા. એમની કાળી Mercedes Benz 786 લખેલી ગાડી સદફની દુકાને સામે ઊભી રહેતી ત્યારે, સાહેબજાનના મુખ ઉપર એક અજબની લાલિમા અને શરમ સૂચક સ્મિત રેલાઈ જતું. સદફે બે ચાર વખત આ નોંધ્યું હતું. ગીત પૂરું થતાંની સાથે જ સદફ બોલી 'અમ્મી, જોતો આ કેવું લાગે છે?' ક્રીમ કલરનો એ નવાબી સૂટ જોતાં, પ્રશંસા પૂર્ણ શબ્દો સાથે સાહેબજાને સદફને વખાણી, 'વાહ બેટા, તું તો મારાથી પણ ચઢી ગઈ. ખૂબ બારીક અને સુંદર જરીકામ! આ અદભુત લાગે છે.' પોતાની પ્રશંસા સાંભળી સદફ મલકાઈ. પોતાની માતાને તે એકીટશે નિહાળી રહી.

સાહેબજાન ૪૭ વર્ષની વયે પણ હજી આકર્ષક લાગતી હતી. નીલા રંગનું સલવાર કમીઝ, માથે ઓઢેલો ચિકનનો દુપટ્ટો અને ભરાવદાર બરગંડી વાળમાં એ હજી પણ સુંદર લાગતી. આખી જિંદગી કરેલા પરિશ્રમને પરિણામે એના શરીર ઉપર ચરબીનો થર ક્યાંય દેખાતો નહીં. સદફે એની અમ્મીની ઉંમરની ભરાવદાર સ્ત્રીઓને પોતાના જ્ઞાનના કરતબ વડે આકર્ષક પોશાકો, તેમના માટે બનાવીને તેઓને વધારે સુંદર અને પાતળી દર્શાવી પ્રશસ્તિ અને કાયમી ઘરાકી મેળવી લીધી હતી. સદફ બરોબર એના પિતા અસલમ જેવી લાગતી. સુંદર એવી જ મહત્વકાંક્ષી હતી.

માત્ર 18 વર્ષની ઉંમરે સાહેબજાન ખાનપુરના આ મહોલ્લામાં અસલમ મિકેનિકને પરણીને આવી હતી. યુવાન અને રંગીન સ્વભાવનો અસલમ ગેરેજમાં કામ કરતો હતો. એને એશો આરામથી ભરપૂર જિંદગી જીવવી હતી. ખૂબ કમાવવું હતું. એ દુબઈ અને વિદેશ જવાના સપનાઓ સેવતો હતો. સાત વર્ષના લગ્નજીવનને પરિણામે તેમને બે દીકરીઓ હતી. મોટી ઈશરત છ વર્ષની અને નાની સદફ અઢી વર્ષની હતી. એક રાત્રે એક અનામી ચિઠ્ઠીમાં પોતે વિદેશ કમાવવા જાય છે, અનુકૂળતાએ બધાને તેડાવી લેશે. એવું લખી અસલમ રફુ ચક્કર થઈ ગયો. સાહેબજાન શરૂઆતમાં બહુ દુઃખી થઈ, રડી, નાસીપાસ થઈ. પણ પછી એણે પોતાની જાતને મક્કમ બનાવી, મન મજબૂત કર્યું. પોતાની દીકરીઓની સામે જોયું અને હિંમત ના હારી. એણે આવેલી વિકટ પરિસ્થિતિમાંથી માર્ગ કાઢ્યો. લપસવાના રસ્તાઓ હોવા છતાં

પોતાના શીલને સાચવી એણે પરિશ્રમનો માર્ગ પકડ્યો. મહોલ્લાની સ્ત્રીઓ મદદે આવી. નજીકની દુકાનમાંથી ફોલ બિડિંગનો અને સિલાઈનું કામ તેઓ લઈને આવતા. નજીકની દુકાનમાંથી સાહેબજાન પણ ફોલ બિડિંગનું કામ લઈ આવતી થઈ .તેને સિલાઈનું કામ મળતું અને જરી ભરતના કામમાં ધીમે ધીમે એની ફાવટ વધતી ગઈ. ખુદાની રહેમથી દાળ રોટલો નીકળી જતો. મોડી રાત સુધી સીવવાના સંચા પર કામ કરતી અને સીવણને કારણે, જરી ભરતના કામને લીધે હાથના ટેરવા અતિશય ખરબચડા થઈ ગયા હતા.

ઘણા વર્ષો પછી એને અસલમની ભાળ મળી. રેશમા નામની એક મુસ્લિમ યુવતીને લઈ એ દુબઈ ભાગી ગયો હતો. સાહેબજાને એ વાત પોતાના મનમાં દબાવી દીધી. અને પોતાના જીવનને આગળ વધારવામાં અને દીકરીઓના વિકાસની અંદર પોતાનો જીવ રેડી કામ કરતી વધતી રહી. ઈશરત બહુ ભણી નહી. એટલે 18 ની થતાં માએ તેને સારે ઘેર વળાવી દીધી. ઈરફાન તાજોજ ઘરભંગ થયેલો હતો અને એક દીકરી મૂકીને એની પત્ની મૃત્યુ પામી હતી. પૈસે ટકે સુખી અને દેખાવે સુંદર એવો ઈરફાનના ઘરમાં ઈશરત સરસ ગોઠવાઈ ગઈ.

નબીલ અને જાવેદ એમ બે બાળકોની મા પણ થઈ ગઈ. ક્યારેક ક્યારેક એ પરિવાર સાથે આવતી પણ મોટા ભાગે તો વીડિયો કૉલ દ્વારા મા સાથે વાત કરી લેતી. પોતાની દીકરીને પોતાના ઘરે જે સુખ ન આપી શકી એ મેળવતી જોઈ એક મા

તરીકે સાહેબજાનને સંતોષ થતો. સદફ બરાબર અસલમ જેવી મહત્વકાંક્ષી હતી, જીવનમાં ધન કમાવાની લાલસા એને પણ હતી. જીવનને વધુ બહેતર બનાવવાની તમન્ના એને પણ હતી અને એટલે જ એણે ભણતરનો માર્ગ પકડ્યો અને ફેશન ડિઝાઈનર બની. ધોરણ10 પછી ડિપ્લોમા કોર્સ કર્યા બાદ અનુભવની એરણ પર ઘડાયેલી સદફને ઈશરતનો સાથ મળ્યો. એના ખાવિંદની મદદથી એક સરસ મજાની દુકાન ભાડાની મળી અને મહેનત અને પરિશ્રમ કરતાં આગળ વધી.

માતાના અનુભવથી સોનામાં સુગંધ ભળી. કોઈપણ ઉંમરની કોઈપણ જાતિની અને કોઈ પણ વ્યક્તિ માટે સદફ આકર્ષક વસ્ત્રો તૈયાર કરી શકતી. ગ્રાહકને પૂર્ણ સંતોષ આપવાની એની ખેવનાને પરિણામે એ ઝડપથી પ્રસિદ્ધિ અને પ્રગતિના શિખરો સર કરતી ચાલી. નદીમ એનો બચપણનો સાથી. નદીમ બી.કોમ. થયા પછી એના પિતાની બેકરી સંભાળતો. સદફ અને નદીમની મૈત્રી એક વિશિષ્ટ બંધનમાં સંયમિત રીતે વિસ્તૃત બની હતી. બંને આગળ જતાં લગ્ન કરી જોડે રહેવાના વિચારો સાથે જીવતા. નદીમ હંમેશાં સદફને એના કાર્ય માટે પ્રોત્સાહિત કરતો હતો, નદીમ કહેતો સમાજની પરવા શું કરવાની? આપણી તકલીફમાં સમાજ થોડો આપણને ખવડાવે છે? આપણે જ આપણા જીવનમાં આવતી સમસ્યાઓનો ઉકેલ કાઢવાનો હોય છે. જો ડર ગયા વો મર ગયા બહાદુરીથી જ આગળ વધવાનું. નદીમના આ શબ્દો સદફને જીવન જીવવાનું બળ આપતા. એણે ઘણી વખત જોયું હતું કે અડધી રાત થઈ હોવા છતાં પણ સાહેબજાન બારી

પાસે બેસી આકાશમાં જોયા કરતી અને કંઈક વિચાર્યા કરતી. સમજણી થતી સદફે નક્કી કરી નાખ્યું હતું કે જે માએ પોતાની જુવાની ખર્ચી નાખી અમને સાચવવામાં, એનું ઘડપણ એ નહીં બગાડે. પણ કંઈક એવું કરશે કે જેમાં આજીવન જે સુખ મેળવવા તરસતી રહી એ એને પાછલી અવસ્થામાં સાથ અને હુંફ દ્વારા પ્રાપ્ત થાય. સાહેબજાન એક બે વાર બોલી ગઈ હતી કે 'તું સાસરે જતી રહીશ પછી હું એકલી શું કરીશ! અલ્લાતાલા મને બોલાવી લે, તો સારું!' અમ્મીના મુખ ઉપર તે વખતે સદફ પોતાનો હાથ દબાવી દેતી. એકલતાની ભીંસ માતા જે અનુભવતી, સદફને તેનો અહેસાસ હતો. અને વાહીદ અંકલના જીવનમાં આગમનથી સાહેબ જાનમાં આવેલું પરિવર્તનની સદફની નજર બહાર નહોતું.

આજે સદફ એની માતા સાથે કંઈક વાત કરવાના મૂડમાં હતી. થોડુંક કામ આટોપી લીધા પછી એને ફરીથી બૂમ પાડી 'અમ્મી... પેલા વાહીદ અંકલ છેલ્લા 15-20 દિવસથી અહીં દેખાયા નથી.' સાહેબજાનના અવાજમાં કંપ હતો, 'અલ્લાહ ખેર કરે...' એક નિસાસો એના મુખમાંથી સરી પડ્યો. સદફે કહ્યું કે હું હમણાં બે ત્રણ દિવસ પહેલાં દુકાનથી થોડો દૂર રહેલી મુબીન હોસ્પિટલની અંદર ડૉ. સલમા આપાને દુપટ્ટો આપવા ગઈ હતી. એજ હોસ્પિટલમાં મેં વાહીદ અંકલની ગાડી પાર્ક થયેલી જોઈ. થોડી તપાસ કરતા ખબર પડી કે એ હોસ્પિટલમાં એડમિટ છે. 'હાય અલ્લાહ' સાહેબજાનના મુખમાંથી નિસાસો સરી પડ્યો. 'એમને પથરીનો સખત દુખાવો ઉપડ્યો હતો. ઓપરેશન કરવું પડ્યું હતું અને 4 દિવસ હોસ્પિટલમાં રાખ્યા બાદ ડૉકટરે એમને રજા આપી. હું એ

વખતે ત્યાં હતી. ખબર રાખે તેવું કોઈ ત્યાં હતું નહીં. એમનો ઓફિસનો એક માણસ અને પટાવાળો હતા. એ વખતે એમની કાળજી રાખે તેવું કોઈ ત્યાં હતું નહીં. મારી હાજરીથી એમને એક પ્રકારનો સંતોષ થયો. હું એમને રોજ મળવા જતી. બેટી બેટી કહીને એમને મને બહુ પ્રેમ આપ્યો. પણ આપણા ઘરેથી બધા દિવસ એમના માટે જમવાનું મોકલ્યું હતું. તપાસ કરતા ખબર પડી કે દસ વર્ષ પહેલાં તેમની બીવીનો ઇન્તકાલ થઈ ગયો હતો અને એમના બંને દીકરાઓ શારજાહમાં સેટ છે. ત્યારબાદ લગભગ સાતથી આઠ વર્ષ એ એમના સંતાનો સાથે રહ્યા. પણ હવે પોતાના વતનમાં રહેવા ઇચ્છે છે.'

'મને પણ અંકલ બહુ ગમે છે તારી ઈચ્છા હોય તો...' સાહેબજાન બોલી તો એટલે મને ના સમજાયું કંઈ... 'અરે અમ્મી હું વાહીદ અંકલને મારા અબ્બા તરીકે સ્વીકારવા તૈયાર છું, જો તારી ઈચ્છા હોય તો...' સાહેબજાન અવાચક બની સાંભળતી રહી, 'અરે ગાંડી થઈ છું.. શું... હવે આટલી ઉંમરે!'

'અમ્મી તે તારી આખી જુવાની અમને સાચવવા માટે ખર્ચી કાઢી. તે અમને સારામાં સારી રીતે જીવવાની શીખ આપી છે. ચારિત્રને જાળવતાં શીખવાડ્યું છે. રડીને નહીં પણ મક્કમ બનીને આગળ વધતાં તે શીખવાડ્યું છે. શિક્ષણને શસ્ત્ર બનાવી ગમતીલી જિંદગી કેવી રીતે કંડારવી એનું જ્ઞાન પણ તે જ આપ્યું છે. તે જે જવાબદારીઓ અમારા માટે ઉઠાવી છે એ કામ ખરેખર અમારા અબ્બાએ કરવાનું હતું પણ એ માટીપગો નીકળ્યો. હું નદીમ જોડે

પરણીને જતી રહીશ પછી તું કેવી રીતે જીવીશ? તને પણ કોઈક તારું તો જોઈએ જ ને. અને મારી દ્રષ્ટિએ વાહીદ અંકલ તારે માટે શ્રેષ્ઠ પાત્ર છે. તમારા વચ્ચે ઉંમરનો ભેદ પણ બહુ જ ઓછો છે અને આર્થિક રીતે પણ એ સંપન્ન છે. મારી દ્રષ્ટિએ તારા માટે આનાથી ઉત્તમપાત્ર તને હવે મળે એવું મને નથી લાગતું. સમાજ છે.. એ સાચું પણ એની પરવા નહી કરવાની. આપણી તકલીફમાં, આપણે રડતા હતા ત્યારે, આપણે ભૂખ્યા સૂઈ ગયેલા ત્યારે, સમાજ ક્યાં આપડી પડખે ઊભો રહ્યો હતો? અને તું ક્યાં ગેરકાયદેસર કામ કરે છે. તું કાયદેસર નિકાહ કરી એમની પત્ની બનીને એમની સાથે જીવવાની છે.' આ ચર્ચા ચાલતી હતી ત્યાં 786 નંબરની ગાડી સદફની દુકાને આગળ ઊભી રહી. જવાબની રાહમાં ઉત્સુકતામાં દાદર ચડતા વાહીદની નજર સાહેબજાન જોડે ટકરાઈ. ઝુકેલા માથાની સાથે એનો જવાબ હા છે એ વાતનો ઈશારો એને સદફને આપ્યો. અગાઉની થયેલી ગોઠવણ અનુસાર સદફ અને વાહીદે આ અંગે ભૂતકાળમાં ચર્ચા કરી લીધી હતી. સદફે વાતનો તંત પકડી અને વાહીદને કીધું, 'અંકલ આ તમારો જરીયન કોટ તૈયાર છે. અને આજથી હું તમને અંકલ નહી અબ્બા કહીશ.' વાહીદ અને સાહેબજાનની આંખમાં ન કલ્પી શકાય તેવો પ્રેમાળ સ્પર્શનો ખીલેલો નવો તાજો પ્રેમ વરસી રહ્યો. 'પહેલાં નદીમ અને સદફના નિકાહ થશે અને પછી વાહીદ અને સાહેબજાનના..' અબ્બા બનેલા વાહીદે પોતાનો મત વ્યક્ત કર્યો. ચાલી રહેલા રેડીયોના વિવિધ ભારતીના સ્ટેશનમાં વાગતું ગીત...

'आपकी नजरों ने समझा प्यार के काबिल मुझे...'

આ અર્થસૂચક શબ્દો વાળા ગીતે સૌની જિંદગીમાં રંગ ભરી દીધા. વાહીદે પ્રેમથી સદ્‌ફને માટે કીધું, 'સાહેબજાન સદફ એટલે ‘મોતી’ અને સાચે જ આજે અનમોલ મોતી તરીકે મને એક દીકરીની ભેટ પ્રાપ્ત થઈ છે. આવી દીકરીની જનેતાને હું ધન્ય ગણું છું. અને મારી જતી જિંદગીમાં આવી અણમોલ ભેટ પ્રાપ્ત કરીને ખુદાએ મારી બંદગીનો સ્વીકાર કર્યો છે એનો મને આનંદ છે.'

4. ડાયરી

આદિત્ય બાલ્કનીમાં બેસી બારી બહાર જોઈ રહ્યો હતો. એને છાતી સરખી એની પ્રાણ પ્યારી કથ્થઈ રંગની ડાયરી દબાવી રાખી હતી. એની એક આંખમાં ખુશી હતી જ્યારે બીજી આંખમાં ન સમજી શકાય તેવી પીડા હતી. કાલે સવારે આદિત્ય પંચગીની હોસ્ટેલમાં રવાના થવાનો હતો. એના જવાથી કોઈને કંઈ ફેર પડશે એવું એને લાગ્યું નહોતું. જેને ફેર પડવાનો હતો એવા સુલુ દાદી હવે દુનિયામાં હતા નહીં. અને અંગત કહી શકાય એવું હવે નિકટનું કોઈ એને દેખાતું નહોતું. જે હતું એ આ એની પ્રાણ પ્યારી ડાયરી જ હતી.

આદિત્ય, કવિશ અને પાયલનું એક માત્ર સંતાન હતો. કવિશ અને પાયલના પ્રેમ લગ્ન થયાં હતાં. કવિશ પાયલ પાછળ પાગલ હતો. એટલે કમને કવિશના માતા-પિતા સુલોચનાબેન અને નરોત્તમભાઈએ એને સ્વીકારી લીધી. લગ્ન પછીના ત્રીજા વર્ષે પાયલનો ખોળો ભરાયો. પણ કમનસીબે આદિત્યને જન્મ આપ્યા બાદ પાયલ દુનિયા છોડી કાયમ માટે ઈશ્વરના ધામમાં જતી રહી. કવિશ માટે આ અસહ્ય આઘાત હતો. એનું જીવન શુષ્ક અને નીરસ બની ગયું. આદિત્ય એના માટે પાયલને એનાથી દૂર કરવાનું કારણ બની ગયો. પિતાનો પ્રેમ આપવામાં એ હંમેશાં પાછો પડતો રહ્યો. સુલોચનાબેન માટે આદિત્યનું આગમન એ એમના વારસદાર એવા પૌત્રનું આગમન હતું. એમણે પ્રેમથી એની

માતા બનવાનું સ્વીકાર્યું અને આદિત્યની એ યશોદા મૈયા બની ગયાં.

આદિત્યે માના સ્વરૂપમાં દાદીને જ નિહાળ્યા હતા. ધીમે ધીમે આદિત્ય મોટો થતો ગયો. એને સાચવવામાં એને જાળવવામાં એને રમાડવામાં, શીખવવામાં દાદા-દાદીનો જ મહત્વનો ફાળો રહ્યો. પોતાની કોઈ જરૂરિયાત હોય તો આદિત્ય એના દાદાને જ કહેતો. પિતા તો એક ઘરની વ્યક્તિ હોય એમ એની સાથે માપનું બોલીને વર્તતા. પાયલના ગયા પછી કવિશનું જીવન સુનકારમય બની ગયું હતું. પરિવાર એ બીજા લગ્ન કરવા માટે એને ખૂબ સમજાવ્યો. કવિશ લગ્ન ન કરવા માટે મક્કમ હતો. સવારથી પિતાની સાથે કવિશ પેઢીએ જતો રહેતો. પોતાનું સમગ્ર ધ્યાન એણે ધંધાના વિકાસ અર્થે સમર્પી દીધું. સમય પસાર થતો રહ્યો અને આદિત્ય મોટો થતો રહ્યો. એમ કરતાં આદિત્ય ચોથા ધોરણમાં આવ્યો. જવાહરલાલ નહેરુ વિશેના પાઠમાં એક વાતનો ઉલ્લેખ હતો કે ચાચા નહેરુ ડાયરી લખતા. એની અંદર મહાત્મા ગાંધી વિશે પણ રજૂઆત હતી. ગાંધીજી પણ પોતાના વિચારો ડાયરીમાં ટપકાવતા. નાનકડા આદિત્યના મગજમાં પણ પોતે ડાયરી લખશે એવું થઈ આવ્યું. ઘેર જઈ અને સુલુ દાદીને વાત કરી. દાદી એના માટે પ્રાણ પાથરતા. મા વિનાનાં આદિત્યને સહેજ પણ ઓછું ના આવે, તેની પૂરેપૂરી તકેદારી રાખતા. હંમેશાં આદિત્ય ખુશ રહે એ માટેની કાળજી કરતા. તેમણે તરત કબાટમાંથી એક જૂની કથ્થઈ રંગની ડાયરી આદિત્યને આપી અને કહ્યું, 'લે બેટા.' ડાયરી મળતા આદિત્ય ખૂબ ખુશ ખુશ થઈ ગયો.

દિવસની શરૂઆતથી અંત સુધી થતી તમામ પ્રક્રિયાઓ એ ડાયરીમાં તારીખ, વાર, સમય સાથે ટપકાવતો. હવે તો ડાયરી એની પરમ મિત્ર બની ગઈ હતી. પોતાનાં સુખ-દુઃખ, લાગણી, પ્રેમ. એવી તમામ ભાવનાઓએ શબ્દ રૂપે ડાયરીમાં ટપકાવતો. જાણે મનથી એ હળવો બની જતો હોય એવું ડાયરી લખ્યા પછી અનુભવતો.

પાંચમા ધોરણમાં ભણતા આદિત્યને એક દિવસ સ્કૂલેથી વહેલો લઈ આવવામાં આવ્યો. ઘરમાં બહુ બધા લોકો હતા અને દાદીને જમીન ઉપર સુવાડી દેવામાં આવ્યા હતા. એ દાદી પાસે જવા મથવા લાગ્યો પણ એને દૂરથી દાદીને બતાવી બીજા રૂમમાં મોકલી દેવામાં આવ્યો. પછી એને ખબર પડી કે દાદી તેને કાયમ માટે છોડી જતા રહ્યાં હતાં. એ રાત્રે આદિત્ય બહુ રડ્યો.

અઠવાડિયા પછી મુંબઈના કાંદીવલી પરામાં રહેતા આ પરિવારે નિર્ણય લીધો. એ આદિત્યના વિકાસ માટે એને હવે એના કાકા અશ્વિનભાઈની સાથે સુરત મોકલશે. અશ્વિનભાઈને પણ આદિત્યથી એક વર્ષ મોટો દીકરો સમર્થ હતો. સમર્થની સાથે સાથે આદિત્ય ઉછરી જશે એવી પરિવારની ગણતરી હતી. 15 દિવસ બાદ આદિત્ય અશ્વિનભાઈના પરિવાર સાથે સુરત આવી ગયો. એનું શાળામાં એડમિશન થઈ ગયું. પણ જે ભાવ નીતાકાકી સમર્થ માટે રાખતા એવી લાગણી આદિત્ય પ્રત્યે ન દર્શાવતા એ એણે નોંધ્યું. સમર્થ તો કાકીને શાળાએથી આવી વળગી પડતો. અને આદિત્ય મનમાં ઇચ્છા હોવા છતાં પણ એ ન કરી શકતો. સમર્થને

શું ભાવ છે બેટા? શું ખાવું છે તારે? નીતાકાકી દ્વારા લગભગ રોજ પૂછવામાં આવતું. એની પસંદગીની વાનગીઓ ઘરમાં બનતી. એની ખૂબ કાળજી રાખવામાં આવતી. એના અભ્યાસ પ્રત્યે એના મિત્રો પ્રત્યે એના કપડાં પ્રત્યે કાકા-કાકી બહુ સતર્ક અને સભાન હતાં. એક નાની ઉધરસ આવે ને તોય નીતાકાકી બે ગ્લાસ પાણી સમર્થને પીવડાવી દેતાં અને એની પીઠ પસવારતાં. જ્યારે આદિત્ય ઘરનો એક સભ્ય હોય એમ એની સાથે વર્તન થતું. લાગણી કે ઉમળકાનો અભાવ એ અનુભવતો. પણ ચૂપચાપ એ જીવતો. પોતે અનુભવેલી આ તમામ બાબતો ડાયરીમાં ટપકાવી લેતો.

થોડાક દિવસથી એને નીતાકાકી અને અશ્વિનકાકા વચ્ચેની વાત સાંભળી હતી. જેમાં હવે આદિત્યની હાજરી એમને ખૂંચતી. દાદા અને પપ્પા સાથેની ટેલીફોનની વાતચીત પણ આદિત્યના કાને પડી હતી. હવે આદિત્ય સાતમા ધોરણમાં આવ્યો હતો. અને આ વર્ષે એને પંચગીની બોર્ડિંગ સ્કૂલમાં મૂકવાનો નિર્ણય આખા પરિવારે સાથે મળીને લીધો હતો. એ સાંભળ્યા પછી એને રાત્રે ખાવાનું ન ભાવ્યું. અને રાતના 8:30 વાગે એને સખત ઊલટી થઈ. જાણે દિલને દિમાગમાં ભરી રાખેલો ડૂમો ઊલટી વાટે બહાર નીકળી ગયો. નીતાકાકી પોતે જાતે પાણી આપવાને બદલે કામ કરતા રઘુકાકાને પાણીનો ગ્લાસ ભરી આદિત્ય પાસે મોકલ્યો. મનોમન આદિત્યથી તુલના થઈ ગઈ.

અઠવાડિયા પહેલાં જ સમર્થને ટીવી જોતાં ઊલટી થઈ, ત્યારે નીતાકાકીએ આખા ઘરને માથે લઈ લીધું હતું. બહુ જ પ્રેમથી એનો પાસો પસવાર્યો હતો. ડૉકટર પાસે જાતે એને લઈ ગયાં હતાં. ને બે દિવસ સુધી એને સાદું ખાવાનું આપ્યું હતું. પોતાને ઊલટી થઈ તો રઘુ કાકા. હવે કેમ લાગે છે એવી પૃચ્છા પણ ઘરમાંથી કોઈ દ્વારા થઈ નહીં. આ બધું એણે ડાયરીમાં ટપકાવી લીધું. એ જ્યારે આવું કંઈ બને ત્યારે પોતાની સુલુ દાદીને યાદ કરતો. દાદી તું મને છોડીને કેમ જતી રહી? એમ ડાયરી પકડી આકાશ સામે જોઈ ભગવાનને પૂછતો. ભેદભાવ પૂર્ણ વાતાવરણમાં જીવતો એ મનમાં મૂંઝાતો. પછી પોતાની જાતે મક્કમ બની આગળ વધતો. અને પોતાનું ધ્યાન અભ્યાસમાં રાખી પોતાના જીવન ઘડતર પ્રત્યે સજાગ બનતો. ૧૩% પ્રાપ્ત થયા હોવાથી એને બોર્ડિંગ સ્કૂલ પંચગીનીમાં એડમિશન મળી ગયું હતું. અને આવતીકાલે એ સુરતથી સીધો પંચગીની જવા રવાના થવાનો હતો.

સમર્થ તો થોડો દુઃખી હતો કે એની કંપની આદિત્ય હવે જતો રહેશે. ચૂપચાપ આદિત્ય સમર્થનું બધું જ કામ કરી આપતો. અશ્વિન કાકા અને નીતાકાકીની સાથે રહેતો. પણ સ્ત્રી સહજ ઈર્ષાને કારણે સમર્થ કરતા આદિત્ય બધી રીતે ચડિયાતો હોઈ નીતાકાકીને આદિત્ય દીઠો પણ ગમતો નહીં. એટલે સસરાનું માની એણે થોડોક સમય પોતાની પાસે આદિત્યને રાખ્યો પણ પછી ધીરે રહીને પતિને સમજાવી એને બોર્ડિંગ સ્કૂલમાં મૂકવા માટે મનાવી લીધો. આવતીકાલે સવારે એ પંચગીની બોર્ડિંગ સ્કૂલમાં જવાનો હોઈ

બધો જ સામાન તેને અહીંયાં મૂકીને જવાનો હતો. એટલે પોતાની પ્રાણ પ્યારી ડાયરીને મૂકીને જઈ રહ્યો હતો. કાકાની અને કાકીની બુમ એને સંભળાઈ. આદિત્ય હવે તું સુઈ જજે કાલે સવારે વહેલા ઉઠવાનું છે. અને આદિત્યે પોતાની પ્રાણ પ્યારી ડાયરીને છેલ્લી પપ્પી કરી લીધી. અને મુંબઈ મોકલવાની એ બેગની અંદર એ ડાયરીને પંપાળીને મૂકી દીધી. પંચગીનીથી પાછા વળતા આદિત્યનો તમામ સામાન મુંબઈના ઘેર ઉતારી અશ્વિનકાકા મુંબઈ દાદાને અને પપ્પાને મળીને પછી સુરત આવવાના હતા. દોસ્ત કાલથી હું તને નહીં લખી શકું. તે મને જે આપ્યું છે ને એવું બીજા કોઈએ મને આપ્યું નથી. હું જ્યારે પાછો આવીશ મુંબઈ ત્યારે તને ચોક્કસ મળીશ. આવજે દોસ્ત ડાયરી.

5. રિપોર્ટ

રૂપા શેઠાણી હિંચકે ઝુલતા ઈશ્વરને પ્રાર્થી રહ્યાં હતાં. 65 વર્ષની ઉંમરે પણ એમનું વ્યક્તિત્વ ઠસ્સાદાર હતું. આમેય સવારમાં 8 આસપાસ એમનો દીકરો ચિરાયુ અને પતિદેવ ધર્મવીર થાનકી પેઢીએ જવા નીકળી ગયા હતા. પુત્રવધૂ વિધિ રસોડામાં કામ આટોપી રહી હતી. રૂપા શેઠાણીએ હળવેથી બૂમ પાડી દીધી ને વહુને કહ્યું, 'તું વેળાસર ડૉકટરના ક્લિનિક ઉપર પહોંચી જજે. ટ્રીટમેન્ટનો સમય સચવાશે તો જ પરિણામ જલ્દી મળશે.' વિધી તેના સાસુની અકળામણ અને મૂંઝવણ બરોબર સમજતી હતી. એટલે કોઈપણ દલીલ કર્યા વગર માત્ર હોકારો આપી સંમતિના સુર સાથે કામને પતાવવા ઝડપથી રસોડા ભેગી થઈ. રૂપા શેઠાણીનું વ્યક્તિત્વ જ એવું હતું કે એ સામેની વ્યક્તિ પાસે ધાર્યું કામ કરાવતા. જન્મજાત વાણીયા બુદ્ધિ એમને પ્રાપ્ત હતી. સમૃદ્ધ પિતાના ઘરેથી સમાજમાં ધનવાન કહી શકાય તેવા ધર્મવીર રાયચંદ થાનકીને પરણીને એ આવ્યાં, ત્યારે ખાસ્સો કરિયાવર લાવેલા.

લગ્નનાં થોડાક જ વર્ષમાં એમને ખ્યાલ આવી ગયો હતો કે એનો પતિ થોડોક મોળો છે. આર્થિક વહેવારો સમય જતા રૂપા શેઠાણીએ પોતાના હાથમાં લઈ લીધેલો અને બુદ્ધિથી કામ કરીને ધન સંપત્તિનું જતન કર્યું હતું. જેથી ભવિષ્ય સુવાળું અને સરસ રહે. બાકી પેઢીનો વહીવટ રાયચંદની શાખને પ્રતિષ્ઠાના આધારે ધર્મવીર સાચવી શક્યા હતા. લગ્ન પછી ઉપરાઉપરી ત્રણ

કસુવાવડ થઈ અને ત્યારબાદ બે દીકરીઓ મૃત જન્મી. ત્યારબાદ ચિરાયુનો જન્મ થયો. પાંચ વર્ષ સુધી એને ભીખનો રાખેલો. પાણી માગતા દૂધ આપતા એના મા-બાપ. ચિરાયુ એટલે જ જિદ્દી બનેલો. મહાપરાણે બી.એ. થઈ બાપની જોડે ધંધે જોડાઈ ગયો. માવડિયો કહી શકાય તેવો એનો ઉછેર. પેઢી સિવાય બીજી કોઈ ઉઠક બેઠક કે મિત્રોને જમાવટ નહીં. ખાસ કોઈ શોખ નહીં અને આધુનિકતાના નામે મીંડું. આજ કારણોસર એને ઘણી છોકરીઓએ રિજેક્ટ કરી દીધેલો. ચાલાક રૂપા શેઠાણીએ એમની નાતની જ અત્યંત ગરીબ ઘરની છોકરી એવી વિધિ પસંદ કરી. સામું માગું નાખી એક પણ રૂપિયો દહેજ લીધા વગર લગ્ન થયા. ચિરાયુ અને વિધિ વચ્ચે પણ ખાસ્સો સાત વર્ષનો ફરક હતો. વિધિના પિતા મનસુખલાલે રૂપા શેઠાણી પાસે વ્યાજે રૂપિયા લીધા હતા. રૂપિયાની પતાવટમાં એક બે વખત વિધિ એના પિતા સાથે રૂપા શેઠાણીના બંગલે આવી હતી અને એમના મનમાં વસી ગઈ. સમયને સાચવી રૂપા શેઠાણીએ મનસુખલાલને, વિધિને પોતાની પુત્રવધૂ બનાવવાની વાત કરી. મનસુખલાલ રૂપા શેઠાણીની સામે લાચાર હતા. જીભની મીઠાશથી રૂપા શેઠાણીએ વિધિના પિતા મનસુખલાલને કહ્યું હતું, 'તમારી દીકરી અમારા ઘરે સોનાના હિંડોળે ઝુલશે, રાજ કરશે. ચિરાયુ વિધિ કરતા સાત વર્ષ મોટો જરૂર છે પણ સમજદાર અને પરિપક્વ છે એટલે તમારી વિધિને બરોબર સાચવશે. પુરૂષની શું ઉંમર જોવાની? અને વિધિ પછી પણ તમારે બીજી એક દીકરીને વળાવવાની છે એ ના ભૂલતા. વિધિ અમારા ઘરે આવશે એટલે આપોઆપ એનાથી નાની તમારી દીકરીનું સારા ઠેકાણે ગોઠવાઈ જશે જોજો.' વિધિએ બાપના ઘરે

આર્થિક સંકડામણ જોઈ હતી અને લાચાર પિતાની મનોદશા સામે એણે સમાધાન કરી એ વાત સ્વીકારી લીધી. આમેય ચિરાયું દેખાવમાં તો સુંદર જ હતો. વળી વિધિએ મોજ કે આનંદ પ્રમોદ ક્યાં બાપના ઘરમાં જોયા હતા? કમસેકમ આર્થિક તાણમાંથી તો મુક્તિ મળશે. સરસ હવા ઉજાસ વાળા વિશાળ મકાનમાં જીવવાતો મળશે. સાત વર્ષનો વયભેદ એણે સ્વીકારી લીધો. અને વિધિના ધાર્યા મુજબ એને સરસ મજાનું ઘર પ્રાપ્ત થયું. પતિ તરીકે ચિરાયુ એને પૂરતો પ્રેમ આપતો. પણ અંગત પળોની સંતુષ્ટીની માત્રાથી વિધિ પૂર્ણપણે સુખી નહોતી.

સમય પસાર થતો રહ્યો ત્રણ-ચાર વર્ષમાં તો વિધિ એકદમ તંદુરસ્ત થઈ ગઈ એની ચામડી પર સારા ખોરાકની અસર દેખાતી. તે વધારે તેજસ્વી અને આકર્ષક લાગતી. ત્રણ વર્ષ તો આમ વીતી ગયા. 35ની નજીક પહોંચેલો ચિરાયુના લગ્નને હવે પાંચ વર્ષ થયા હતા. પાસ પડોશીઓ પણ પૂછવા લાગ્યા હતા કે 'શેઠાણી બા, નવા સભ્યના આગમનના પેંડા ક્યારે ખવડાવો છો?' એટલે ના છૂટકે એમણે બાળક માટેની ટ્રીટમેન્ટનો ચિરાયુ અને વિધિ માટે સહારો લીધો. હજી એક વર્ષ પસાર થયું પણ પરિણામ શૂન્ય રહ્યું.

હવે ડૉ. કલશોર પરીખના ફર્ટીલીટી સેન્ટરમાં વિધિની ટ્રીટમેન્ટ શરૂ થઈ. યુવાન ડૉક્ટર કલશોરના સંપર્કથી વિધિને એક અનોખી અનુભૂતિ થતી. એક સારું બાળક પ્રાપ્ત થાય એ આશાએ સમર્પિત થઈ ગઈ. ત્રણ મહિનાના અંતે આજે ચેકિંગનો સમય હતો. વિધિ ડૉકટરને ત્યાંથી ઘેર આવી ત્યારે અત્યંત ખુશ હતી.

બાને પગે લાગી એણે કહ્યું કે 'તમારી તપશ્ચર્યા ફળી તમે દાદી બનવાના છો.' સાંજે ચિરાયુને ફોન કરી એને ઘેર જલ્દી આવી જવા કહ્યું. ધર્મવીરે સાંજે જમવાના ટેબલ ઉપર મિષ્ટાન જોઈ પૂછ્યું, 'આજે સાંજે જમવામાં શીરો?' રૂપા શેઠાણીએ વટ ભેર પતિને ખુશ ખબર આપ્યા, 'તમે દાદા બનવાના છો.' આ સાંભળી ચિરાયુનો કોળિયો હાથમાં રહી ગયો. અને પોતે પિતા ક્યારેય નહીં બની શકે એવો ડૉકટરનો મેડિકલ રિપોર્ટ એના ખિસ્સામાં હતો. એને કોઈને પૂછ્યા વગર આ રિપોર્ટ કરાવ્યો હતો. પણ હવે રિપોર્ટનો કોઈ અર્થ નહોતો. પરિવારની ખુશી સામે અંદર આગ ઉછળતી હોવા છતાં હસતા મોઢે તે શરમાતી વિધિ અને આનંદિત માતા-પિતાને જોઈ રહ્યો.

6. આસવ

વૈશાખની કાળઝાળ ગરમીથી ભરેલી બપોરે લીમડાની મીઠી છાંયે ખાટલો ઢાળીને કેશવ દાક્તરીના બીજા વર્ષના પુસ્તકો વાંચતો આડો પડેલો હતો. તેજના લિસોટા જેવી જશી એકદમ આવી અને આડું રહેલું પુસ્તક ખેંચી ભાગી. 'હા હા.' કરતો કેશવ એની પાછળ દોડ્યો. આંખ નચાવતી વંટોળ જેવી જશી એકદમ સંતાઈ ગઈ. 'કા.. કેશુડો.. બહુ મોટો દાક્તરના જોયો હોય તો!' જશીના આ અવાજે એને એકદમ ચમકાવી દીધો. પાછળ ફરી એણે જશીને હસીને કહ્યું, 'હા લોકો માટે ભલે ડૉકટર બનીશ પણ તારી શરાબી આંખોનો કાયમ હું દર્દી બનીને રહીશ, તારી આંખમાંથી તો નર્યો આસવ ઝરે છે.', 'હટ કોણ તને ડૉકટર બનાવ્યો! તું તો એક શાયર બનવા સર્જાયો.' બંનેના ખડખડાટ હાસ્યથી વગડો ભરાઈ ગયો. 'હાલ, તારા માટે તો દાળઢોકળી લઈને આવી છું' અને બંનેએ સાથે બેસીને દાળઢોકળી ઝાપટી. બાલ્યા-અવસ્થાથી સાથે ભણતાં બંને યુવાનીને ઉંમરે પહોંચતાં સુધી પ્રણયના બંધનમાં બંધાઈ ગયાં હતાં. લટકાળી એવી જ તેજસ્વી જશી 10 ધોરણ પછી આગળ ન ભણી. અને 10 ધોરણમાં જિલ્લામાં પ્રથમ આવેલો કેશવ 11મા ધોરણમાં સાયન્સ રાખી, બારમાં ધોરણમાં પણ 98% સાથે જિલ્લામાં પ્રથમ આવ્યો. અને પછીના વર્ષે તો અમદાવાદની મેડિકલ કોલેજની અંદર એડમિશન મળી ગયું. જોત જોતામાં એક વર્ષનો અભ્યાસ પૂરો પણ થઈ ગયો અને બીજા વર્ષના વેકેશનની અંદર એ ગામ આવ્યો ત્યારે એની પ્રાણ પ્યારી જશી એને મળવા આ રીતે આવી. બંનેની વાતો ખૂટતી નહીં અને સમય પાણીની

જેમ પસાર થતો ગયો. જશીને ગમતું તળાવ એની પસંદગીની જગ્યા. બંને અવારનવાર મળતા. અને એક દિવસ રમત રમતમાં કમોસમી માવઠામાં તેમની મર્યાદા ઓળંગી ગયાં. ભાન આવ્યું ત્યારે જશીના મુખ પર પરિતૃપ્તિનો આનંદ હતો. કેશવના મુખ પર કંઈક પામ્યાનો સંતોષ. ત્યારબાદ બીજે દિવસે કેશવ અમદાવાદ પાછો આવી ગયો અને જશી પોતાના કામમાં પરોવાઈ ગઈ. બે ચાર વાર કેશવના ઘરે એના ખબર અંતર જાણવા આંટાફેરો કરી આવી. પણ જાણે એને સંભળાવતી હોય એમ કેશવની મા એના બાપને કહેતી સાંભળી. 'આપણા કેશુ માટે તો અમેરિકાની ભણેલી ગણેલી ડૉકટર છોકરીઓનાં માગાં આવે છે. મેં મારી બંને દીકરીઓને સારે ઘેર વળાવી એટલે વહુ તો હું ભર્યા ઘરની લાવીશ.' અને ગામના મોભાદાર એવા ખીમજી પટેલના ઘરની આ વાતચીત એક સામાન્ય દરબારની છોકરી જશી સાંભળી અને સમજી પણ ચૂકી હતી. એના ઘરમાં તો 'હાંડલા કુસ્તી કરતા.' એના બાપની છાપ તો એકદમ તડફડ વ્યક્તિ તરીકેની માથાભેર વ્યક્તિ તરીકેની રહેતી.

જશીના ઘરની પરિસ્થિતિ જાણવા છતાં કેશવે તેને કહ્યું હતું, 'મારા મા-બાપ નહીં માને તો તને ભગાડીને પણ તારી જોડે જ લગ્ન કરીશ. અમદાવાદમાં આપણે ઘર સંસાર માંડી દઈશું. તું જરાય ચિંતા ના કરતી.' અને એવામાં કેશુ ને ગામથી અમદાવાદ આવે ત્રણ મહિના થવા આવ્યા હશે! અને જશીને એના શરીરમાં કંઈક વિચિત્ર અનુભવ થવા લાગ્યો. બે મહિના માસિક પણ ના આવ્યું, અને બે-ચાર વાર ઊલટી પણ થઈ ગઈ. એની બાજુમાં રહેતી ભાભીને ઘેર પારણું બંધાયું 'તું ત્યારે એની આવી જ કંઈક

પરિસ્થિતિ હતી અને મનમાં થોડી ગભરાઈ ઊઠી. ભગવાન શંકરની સાચી ભક્ત એવી જશી ગામને પાદર રહેલા ભોળાનાથના મંદિરમાં ઝાલર ટાણે અવશ્ય જતી આજે થોડી વહેલી પહોંચી ગઈ. નતમસ્તક બની ઈશ્વરને પ્રાર્થના કરતી રહી. 'મારી દ્રષ્ટિએ મેં કંઈ ખોટું નથી કર્યું, છતાં પણ મારી જિંદગીનો તારણહાર તું જ છે. મારે મારી જાતને મારવી નથી અને આવનારની પણ હત્યા કરવી નથી. હવે માર્ગ તારે જ કાઢવાનો છે, તું જે પણ કરીશ એમાં મારું શ્રેષ્ઠ સંકળાયેલું હશે; એવું હું માનું છું.' ઈશ્વર સાથેનો વાર્તાલાપ લગભગ અડધો કલાક ચાલ્યો હશે, ત્યાં જશીને એની માતાનો બાવરો અવાજ સંભળાયો, 'જશી.. ઓ જશી...' એની આંખમાંથી અશ્રુ બિંદુસરી પડ્યું અને એણે પાછળ જોયું. મા એનો ખભો પકડી.. ઉત્સાહમાં કંઈક બોલી રહી હતી, 'બેટા તારું ભાગ્ય ખુલી ગયું બે ગામ છોડી રહેતા શંકરદાએ તારું સામું માગું કર્યું છે. હા ઉંમરમાં એ તારાથી થોડોક મોટો છે 10, 12 વર્ષ.. બીજી વાર છે પણ પૈસા ટકે ખૂબ સુખી, ઊંચું ઘર છે તને તો એ હાથમાં રાખશે. અને તારા બાપુએ તો રૂપિયો આપી હા પણ પાડી દીધી. અને વગર દહેજ એ તારી સાથે લગ્ન કરશે.' મા એ જશીના ઓવારણાં લીધા અને કહ્યું, 'અરે તું તો સોનાના હિંડોળે ઝૂલીશ! જો દીકરા તારું તો નસીબ ખુલી ગયું.' શંકરદાને પરણ્યા સિવાય કોઈ વિકલ્પ ન હતો. ભગવાન શંકરને પણ આ જ માન્ય હશે એવું વિચારી પ્રભુને પગે લાગી, 'તારી આ જ મદદ હું મનથી સ્વીકારું છું.' એમ કહી મા સાથે ચાલી. અને બરાબર અઠવાડિયા પછી શંકરદા સાથે પરણી એમની હવેલીએ આવી પહોંચી. ક્યાં ગામનું ખાબડખૂબડ વાળું ગંધાતું સડેલું એ ઝૂંપડું અને ક્યાં શંકરદાની મશ મોટી

હવેલી! જે અભરે ભરેલી હતી. ધન ધાન્યથી સભર હતી અને હવે જશીમાંથી શેઠાણી બા બની ગઈ. ઊંચા આડા પહોળા શંકરદા પોતાનો પતિ ધર્મ સરસ બજાવતા અને 'બીજી વરને પામી મહાસુખ પામી' એ રીતે જશીને એ ફૂલની જેમ સાચવતા. ચાલાક જશીએ મનમાં બરોબર બાજી ગોઠવી દીધી હતી અને એજ મુજબ એ વર્તન પણ કરતી. પતિની જરૂરિયાત અને એમની ખૂબી ખામી અને ખાસિયતનો અભ્યાસ કરતી. અને એમ કરતાં કરતાં એક મહિનો પૂરો થયો. અત્યાર સુધી અપ્રાપ્ય સુખ હવે એને સહજ અને સરળ બનતા જશીમાં પરિવર્તન સ્પષ્ટ દેખાતું. એક દિવસ એણે શરમાતા પોતાના પતિને કહ્યું કે, 'હવે આપણા ઘરે નવા મહેમાનનું આગમન થવાનું છે.' અત્યંત ખુશ શંકરદાની કાળજી વધી ગઈ અને પ્રેમ પણ.

સમય પસાર થતો ચાલ્યો અને બરાબર સાતમે મહિને જશીએ સુંદર મજાનાં પુત્રને જન્મ આપ્યો. દીકરો થોડો વહેલો આવ્યો.. પણ પુત્ર જન્મના આગમનની ખુશીમાં આનંદ અને ઉત્સાહનું વાતાવરણ સર્જાઈ ગયું ને શંકરદાએ વારસદારના આગમનને દિલથી વધાવ્યુ. મન મૂકીને ખેરાત કરી. પણ કેમ એ કરી આવનાર બાળકને જોઈને એના મનમાં આનંદનો પડઘો પડતો નહીં. તોય જશી મનમાં બધું સમજતી અને જાણતી છતાંય એમ જ કહેતી કે જુઓ ને દીકરો તમારા જેવો જ લાંબો છે અને તરત જ શંકરદા કહેતા પણ આંખો બરાબર તારા જેવી શરાબી છે. થોડાક દિવસો પછી એમણે પૂછ્યું, 'શું નામ રાખીશું.' અને જશીએ પટ દઈને જવાબ આપ્યો 'આસવ.' શંકરદા કંઈ વિચારે કે બોલે એ પહેલાં જશીએ કીધું તમારું પણ ત્રણ અક્ષરનું નામ અને તમારા

દીકરાનું પણ ત્રણ અક્ષરનું નામ. તમારો વારસદાર તમારી જેમ જ આગળ વધી તમારું નામ રોશન કરે એવા આશીર્વાદ આપો.' પોતાની પ્રશસ્તિ સાંભળી શંકરદાનો હાથ આપો આપ એની મૂછને તાવ દેતો થઈ ગયો. એવું નહોતું કે જશીની એમણે ગામમાં તપાસ નહોતી કરાવી. જશીના બાપની એકદમ કડક પિતા તરીકેની છાપ, અને કડક સ્વભાવ છતાંય જશીનું યોગ્ય વર્તન હોવાથી જશી અંગેનો ખરાબ અભિપ્રાય ગામમાંથી ન મળ્યો. શંકરદાને સંતોષ થયો.

ધીમે ધીમે આસવ મોટો થતો ગયો. જશીની કાળજી અને એના સંસ્કારને લીધે ભણવામાં કુશાગ્ર હતો. નાનકડો આસવ ઝડપથી પિતાના ખોળામાં સરકીને વહાલું વર્તન કરતો. પણ કેમ એ કરી શંકરદાને એના પ્રત્યે હેતનો ભાવ આવતો નહીં. ભણવામાં પહેલેથી જ હોશિયાર એવો આસવ 10 મા ધોરણમાં જિલ્લામાં પ્રથમ આવ્યો. જશી મનોમન બોલી, 'હે ઈશ્વર તારી કૃપા.' આખા ગામમાં પતાસા વહેચાયા. અને બારમાં ધોરણમાં પણ આસવ ૧૭૮% ગુણાંક વિજ્ઞાન પ્રવાહમાં પ્રાપ્ત કરી જિલ્લામાં પ્રથમ આવ્યો. 'તમારો દીકરો બરોબર તમારા જેવો જ બુદ્ધિશાળી છે. તમે કેટલી આવડતથી આ બધો જમીનનો વ્યવહાર સંભાળો છો. ખેતીવાડીનું કામ, ગામ અને સમાજની અંદર તમારો જે વટ છે. અને લોકોના માટે તમે ઘણું કર્યું છે, એમના આશિષથી આજે આપણો દીકરો આગળ સફળતા સુધી પહોંચ્યો છે.', 'હમમમ.' શંકર દાનો એકાક્ષરી જવાબ સાંભળી જશી ખસી જતી. મનથી તો શંકરદા ખુશ હતા પણ કંઇ ખૂંચતું અને કંઈક ખાલીપો એ અનુભવતાં હતા.

પરિણામ પછી એને બહુ જ સરળતાથી અમદાવાદની બીજે મેડિકલ કોલેજમાં દાક્તરીના અભ્યાસ માટે એડમિશન મળી ગયું, એ દિવસે જશીની આંખમાં હરખની હેલી ઉમટી અને અશ્રુ સ્વરૂપે બહાર નીકળી ગઈ. મનથી તો એ બધું જ સમજતી ઘીનાઠામાં ઘી અને ઈશ્વર સૌનું સારું કરે. એ એનું ધ્રુવ વાક્ય હતું.

દિવાળીની રજાઓમાં ઘરે આવેલા આસવ સાથે શંકરદા વાત કરતા 'હવે તે આગળ શું વિચાર્યું છે?' પિતાના પગ દબાવતાં એ બોલ્યો. 'મારે તો કિડની ના ડોક્ટર બનવું છે.' પડદા પાછળ ઉભેલી જશી ભૂતકાળમાં સરી ગઈ. નેફ્રોલોજીસ્ટ અર્થાત્ કિડનીના ડૉકટર વિશેની જે વાતચીત કેશવ બોલ્યો હતો એ અક્ષરશઃ આસવ સમજાવટ રૂપે આજે શંકરદાને કહી રહ્યો હતો. જશી આંખો મીંચી ગઈ. શંકરદાએ લાંબો હોકારો કાઢ્યો, 'આ બધી મને ખબર ન પડે પણ તારે જેટલા પૈસા જોઈએ એટલા કહી દે જે અને આગળ ભણવા જવું હોય એ કહેજે, તારા માટે મેં ગામની અંદર જ એક મોટી હોસ્પિટલ ઊભી કરી દીધી છે એટલે તું ભણીને આવે એટલે અહીંયાં જ આપણે સરસ મજાની તારી કામગીરી શરૂ કરી દઈશું.' શંકરદા દીકરાની ડૉકટર બનવાની ખુશી અને એની ધમધમતી પ્રેક્ટિસ જાણે નજર સમક્ષ નિહાળતા હોય એમ સ્વપ્નમાં ગરકાવ થઈ ગયા. આસવે કહ્યું, 'ના બાપુ મને સ્કોલરશિપ મળશે. અને માસ્ટર્સ કરવા હું અમેરિકા જઈશ.' ટૂંકાક્ષરી જવાબ ભલે એમ કહીશ શંકરદા ત્યાંથી ઊભા થયા. તરત જ જશી બહાર આવી અને આસવને ભેટી પડી, 'દીકરા મને તારા ઉપર ગર્વ છે. તારી આંખો એવી નશીલી છે કે આવનારો પેશન્ટ એનું બધું જ દુઃખ ભૂલી જશે.' અને આસવ જવાબ આપતો, 'મા

મને એવા જ આશીર્વાદ આપ કે તારી વાણી ફળે.' એમબીબીએસ બની માસ્ટર્સ કરવા આસવ અમેરિકાની યુનિવર્સિટીની અંદર સ્કૉલરશિપ મેળવી પહોંચી ગયો.

એરપોર્ટ ઉપર તો એને આખું ગામ વળાવવા આવ્યું હતું. શંકરદાના મુખ પર લોકોની વાહવાહીનો નશો હતો. અને જશીના મુખ ઉપર પોતે કરેલા નિર્ણયની સફળતાની ખુશી. આસવ અમેરિકા પહોંચી ગયો. કોલેજમાં પહેલો દિવસ.15 વિદ્યાર્થીઓના વર્ગમાં આસવ બીજી બેંચ ઉપર છેલ્લે બેઠો હતો. નિશ્ચિત સમયે ડોક્ટર કેશવ નખત્રાણા, કિડની સ્પેશિયાલિસ્ટ જેનું અમેરિકામાં બહુ મોટું નામ હતું એ આવ્યા. ટૂંકા વક્તવ્ય પછી એમની નજર અચાનક આસવ ઉપર પડી અને એમના મનમાં જાણે હેતનો ઉભરો આવ્યો, 'ઇન્ડિયન!' અને સામે હકારનો પ્રતિભાવ સાંભળતા એમણે કીધું કે લેક્ચર પછી એમને કેબિનમાં મળે. 'તારી આંખો તો બહુ નશીલી છે. ખબર નહી તારી મુખાકૃતિમાં મને ચિત પરિચિત વ્યક્તિત્વનો અહેસાસ થાય છે. 'આટલી મોટી હસ્તી એની સાથે આટલી સહજતાથી વર્તે એ જોઈને આસવ ખુશ થયો.

એમ એમ કરતા દિવસો પસાર થતા ગયા અને માસ્ટર્સના છેલ્લા વર્ષમાં સારા માર્ક્સ સાથે પાસ થયો. અને આજે એ ડૉકટર કેશવની કેબિનમાં અગત્યની ચર્ચા માટે બેઠો હતો. કેશવને આસવ જોડે સારું ફાવતું. કેશવ આસવમાં પોતાના જેવો એક શ્રેષ્ઠ ડૉકટર જોતા અને એવું લાગતું કે આ વ્યક્તિ જાણે મારો પડછાયો ન હોય. કેશવ સાધન સંપન્ન અને સુખી હતા એમની પત્ની ડૉકટર સુમન અમેરિકાની સિટિઝનશીપ ધરાવતા. કિડનીના ડૉકટર બન્યા પછી

એ જ્યારે ગામ આવ્યા ત્યારે એમણે જશી વિશે જાણ્યું એના ગામ પણ એ આંટો મારી આવ્યા હતા. પણ જશીના પતિની છાપ જાણી, એને પણ એક દીકરો છે એ જાણી, હશે કંઈક એવું બની ગયું હશે મજબૂરીમાં એને પગલું લેવું પડ્યું હશે એવું વિચારી ઝડપથી અમેરિકા પાછા ચાલ્યા ગયા. ડૉકટર સુમન સાથે માતા-પિતાની ઇચ્છા અનુસાર લગ્ન કરી લીધા પણ ઈશ્વર એમને શેર માટીની ખોટ આપી હતી. શરૂઆતના વર્ષોમાં આકર્ષણ ના લીધે બધું બરાબર ચાલ્યું. પણ ઉંમર વધવાની સાથે પતિ-પત્ની વચ્ચે અંતર વધતું ચાલ્યું અને હવે કેશવ પોતાનું સમગ્ર જીવન આ વિદ્યાર્થીઓના વિકાસ માટે કિડની સ્પેશિયાલિટી હોસ્પિટલની અંદર સમર્પિત કરતા. એમને મન એમના આ વિદ્યાર્થીઓ એમના બાળકો હતા.

આ વાત તેમણે આસવને પણ કહી હતી. પોતાના ભૂતકાળ વિશે થોડી ઘણી વાત એમણે આસવને જણાવી હતી. પણ પોતાની પ્રિયતમાનું નામ ન કહ્યું. એ હજી પણ એના દિલ-દિમાગમાં છે એ વાત બહુ સહજતાથી કેશવે આસવને કહી દીધી. 'આસવ હવે તે શું વિચાર્યું છે? અને એણે જવાબ આપ્યો, 'સર હું નક્કી નથી કરી શકતો કે મારે અમેરિકામાં રહેવું કે પછી ભારત ગયા પછી મારે મારા પિતાએ ઊભી કરેલી હોસ્પિટલની અંદર ગામમાં કામ કરવું. હા અહીં રહેવાના છેલ્લા દિવસો છે એટલે પરાણે મેં મારી માને બોલાવી છે. એ છેલ્લા 15 દિવસથી અહીં છે. બાપુના સ્વર્ગવાસ પછી બહાર નીકળી નથી, એટલે હું એને અહીંયાં લઈ આવ્યો છું.' કેશવને નવાઈ લાગી, 'એમ તારા પિતાજીનું અવસાન ક્યારે થયું?', 'સર છ મહિના પહેલાં હૃદય રોગના હુમલામાં એમનું મૃત્યુ

થયું અને માને હું અહીંયાં લઈ આવ્યો છું. હવે અહીંયાંથી ગામ પાછા જવું છે. લો સર.' એમ કહી એણે પોતાની બેગમાંથી સરસ મજાનો ડબ્બો કાઢ્યો અને કહ્યું, 'સર મને ખબર છે કે આ તમારી ભાવતી વસ્તુ છે અને આ વસ્તુ મારી પણ બહુ જ ભાવતી છે અને મારી માની પણ બહુ જ ભાવતી છે અને એણે ખાસ તમારા માટે બનાવીને મોકલી છે.', 'હા બેટા હવે ઘરે પણ કોઈ રાહ જોવા વાળું નથી. મારી પત્નીનું પણ છ મહિના પહેલાં અવસાન થઈ ગયું. તું તો જાણે જ છે. એટલે ભૂખ્યાને ભોજન કરાવવાનો તું આજે લહાવો પ્રાપ્ત કરીશ.' રૂમ હાસ્યથી ભરાઈ ગયો અને ડબ્બો ખોલતા જ કેશવની આંખ પહોળી થઈ ગઈ. એને ભાવતી અતિ પ્રિય એવી દાળઢોકળી એમાં હતી. 'વર્ષો થઈ ગયા આને ખાધે લગભગ 30 વર્ષ.' ભૂતકાળમાં સરી જતા કેશવને સજાગતા તરફ દોરતા આસવે કહ્યું, 'મારી માના હાથની દાળઢોકળીના તો અમે સૌ દિવાના છીએ. દાળઢોકળીનો ચમચો મોઢામાં મુકતા કેશવને પોતાના મનભાવન સ્વાદની મીઠાશનો અહેસાસ થયો. એકીશ્વાસે તેઓ ખાતા ગયા અને પછી બોલ્યા, 'તારી માને તો મારે ચોક્કસ મળવું પડશે.', 'હા સર તમે કાલે જ સાંજે મારા ઘરે ડિનર પર આવો. હું રોકાવું કે વતન પાછો જાવ મારે માને મૂકવા તો હવે નજીકના દિવસોમાં જવાનું જ છે. પછી આવી રીતે સૌએ મળવાનું ગોઠવાય ક્યારે કંઈ ખબર નથી. અને આમેય સર કાલે શનિવાર છે એટલે આપને ફાવશે જ.' અને કેશવે તરતજ એની વાત પ્રેમથી સ્વીકારી લીધી.

સાંજે છ વાગ્યાની આસપાસ ડૉકટર કેશવ નખત્રાણા સરસ તૈયાર થઈ આસવના ઘરે પહોંચ્યા. બેઠા ઘાટની સરસ બંગલી

અને એનો ઝાંપો ખોલતા જ પ્રવેશમાં મસ્ત મજાનું તળાવ જોયું. 'આપનું સ્વાગત છે સર પધારો.', 'અરે વાહ..', 'સર અમારું નાનકડું ઘર અને આ તળાવ મારી અને મારી માની પ્રિય જગ્યા છે.' કેશવ એકીટશે એની સામે જોવા લાગ્યા. 'ચાલો સર આપણે થોડીક વાર અહીંયાં બેસીએ. ત્યાં સુધીમાં હું ડ્રિન્કની તૈયારી કરીને આવું.' દારૂના પેગ અથડાવતા બે જણા ઇઝી ચેરમાં તળાવને કિનારે બેઠા. તળેલા કાજુ સાથે ભવિષ્યની યોજનાઓ અંગે ચર્ચા કરતા રહ્યા. મોસમે એકદમ રુખ બદલ્યું અને હળવો વરસાદ ચાલુ થઈ ગયો. 'ચાલો આપણે અંદર જઈએ.' પણ આજે કેશવ તેના ભૂતકાળમાં સરી પડ્યો. 'આસવ, ઓ બેટા અંદર આવતો રહે, તું વરસાદમાં પલડીશ તો તું પાછો માંદો થઈ જઈશ!'

આ આવાજ ક્યાંક સાંભળેલો છે. જાણે તંન્દ્રામાંથી કેશવ ઉઠતા હોય એમ દરવાજા તરફ આવ્યા. એજ સમયે આસવની બૂમ પડતી જશી બારણા પાસે આવી. પરસ્પર નજરું ટકરાઈ, જે કમોસમી માવઠાએ એમને એક કર્યા હતા એજ વરસાદે વળી પાછાં એમને ભેગા કરી દીધાં. 'કેશુ તું.', 'જશી... તું!' કેશવ 30 વર્ષની સુકી ધરતી ઉપર જાણે પ્રેમનો વરસાદ વરસી ગયો. બંને તરફથી ભૂતકાળની વાતો શરૂ થઈ ગઈ. પડદા પાછળ ઉભેલો આસવ આ દૃશ્ય નિહાળી ડઘાઈ ગયો. જશી આસવ નો હાથ પકડીને લાવી અને કહ્યું, 'બેટા બાયોલોજીકલી આ તારા ફાધર છે. એ પછી તું મને સ્વીકારે કે ન સ્વીકારે આ ક્ષણ માટે જ હું જીવી છું.' આસવને માતાએ પોતાની વાત ટૂંકમાં જણાવી. કેશવે તરત સ્વીકાર્યું કે, 'આસવને જોયા પછી મને બહુ જ પરિચિતતાનો એનામાં અણસાર અનુભવતો 'તો અત્યંત પ્રેમ એના તરફ ખેંચાણ

બની એના જીવનમાં કેન્દ્રસ્થાને રહ્યો.', 'મા તે જે કર્યું એના માટે હું તને જરાય દોશી નથી ગણતો. તે સાચું જ કર્યું તે ધાર્યું હોત તો મારો નિકાલ પણ કરી દીધો હોત પણ તે તારા જ્ઞાનને દીપાવ્યું. કોણ કહે છે કે તું અભણ છે? આજની ભણેલી યુવતીઓ પણ તારા કરતાં બીકણ હોય છે. એના બદલે તે તારા જિંદગીના નિર્ણયો બહુ હકારાત્મક દ્રષ્ટિકોણથી સરસ રીતે લીધા અને એને વળગી રહી અને છતાં પણ તે મને અણસાર સુદ્ધાં ના આવવા દીધો. પિતાને પણ ખબર ના પડી અને છતાંય તે મારી કેળવણી ઉત્કૃષ્ટ કરી, હું તને સો સલામ કરું છું. તારું અને બાપુનું જીવન પણ ખૂબ સરસ હતું. મેં અનુભવ્યું છે. હા અને મારું છત્ર પણ હતા.' જશીની આંખો ભીની થઈ ગઈ. એમને મને તો સાચવી અને જાળવી તો છે જ પણ સાથે સાથે મારા માતા-પિતાની પણ એમણે ખૂબ મદદ કરી છે. કેશવ તરત સજાગ થઈ ગયા. 'હા જશી તું પણ એકલી છે અને હું પણ.. હવે આપણે કોઈપણ બંધનમાં બંધાઈએ તો આપણને રોકવા વાળો સમાજ અહીં નથી.' ત્રણેયની નજર એક થઈ. આસવની આંખમાં હકાર પૂર્ણ સ્વીકૃતિ હતી. પોતાના સંતાનની હાજરીમાં એક થતાં માતા-પિતાનો અદ્દભુત નજારો આસવ આનંદથી નિહાળતો રહ્યો.

7. નસીબ

શ્રી સંજય પટેલની ગાડી થોડુંક શોધવાની મથામણને અંતે અમદાવાદના વસ્ત્રાપુરમાં રહેલા સ્ટેટ બેંકના સ્ટાફ ક્વોટર પાસે સવારે 7:00 વાગે આવી અટકી. ગાડીમાં બેઠેલી એમની પત્ની શ્રેયા અને નાનકડી આઠ વર્ષની પરી, બંને જણાએ રાહતનો શ્વાસ લીધો. સાત નંબરનું કોટેજ શોધતાં બહુ વાર ના લાગી. વળી કોટેજની પાસે રહેલો વૉચમેન પણ દોડતો મદદે આવ્યો. સંજયે આપેલી સૂચના અનુસાર એમની પાછળ સામાન ભરેલી એક ટ્રક રસ્તો શોધતી આવીને ઊભી રહી ગઈ. વૉચમેન કાગળ વાંચી તરત કોટેજ ખોલી આપ્યું. ઉપરી સાહેબની સૂચનાથી એણે બરોબર બે દિવસ અગાઉ જ આ કોટેજ વાળીને સાફ કરાવી દીધો હતો. આની અગાઉ બદલી થયેલા સાહેબ ઘરને બહુજ વ્યવસ્થિત રાખતા અને જતા પહેલાં પણ એમણે કોટેજને ધોળાવી દીધું હતું. એટલે કોટેજ ખરેખર ખૂબ સ્વચ્છ અને સરસ લાગતું હતું.

ટ્રકમાં રહેલા ત્રણ માણસોએ ઝપાટો મારી પેક કરેલા ખોખા સરસ રીતે રૂમમાં ગોઠવી દીધા. અને સોફાસેટ તેમજ બીજો મોટો સામાન પણ યોગ્ય રીતે જગ્યાએ ગોઠવવાની તજવીજ શરૂ કરી દીધી. એટલામાં તો ઝાંપો ખખડ્યો અને એક માનવ આકૃતિ બારણામાં દેખાઈ. 'નમસ્તે! મારું નામ દીપક જોગાણી. હું બાજુના ક્વાર્ટર માં રહું છું.' દીપકના હાથમાં ચા ભરેલું થરમોસ હતું. થેલિની અંદર કેસરોલમાં ગરમાગરમ નાસ્તો હતો. 'તમે દૂરથી આવ્યા છો? ચા-નાસ્તો કરી લો.' એટલી વારમાં એણે એની પત્ની

મીરાંને બૂમ પાડીને પાણીની વ્યવસ્થા કરવા જણાવ્યું. ટૂંકી વાતચીત પછી એમણે કીધું કે 'આજે જમવાનું મારા ઘરે રાખશો. મારા ઘરે જે નોકર છે એને તમારે ત્યાં ગોઠવી દઈશું.' પતિ-પત્ની સંજય અને શ્રેયા પોતાની જાતને નસીબદાર ગણવા લાગ્યા. મીરા પાણી આપવા આવી ત્યારે એની સાથે એના બે બાળકો અર્ણવ અને ઉજાસી સાથે જ હતાં, દીકરો દસ વર્ષનો અને દીકરી છ વર્ષની હતી.

એક વાગે સૌ સાથે બેસી જમ્યા અને આમેય રવિવાર હતો એટલે નિરાંત હતી. દિપકે એના ઘરે આવેલા મહેમાનને ત્યાં બેઠેલા એક વડીલ સાથે ઓળખાણ કરાવી. 'બાપુજી આ સંજય ભાઈ છે અને એ એમના પરિવાર સાથે રાજકોટથી બદલી પામી અહીં આવ્યા છે.' સંજયભાઈને સાચો સાચ એવું જ લાગ્યું કે આ એમના પિતાશ્રી છે. ટૂંકી વાતચીતને અંતે સંજયભાઈએ નોંધ્યું બાપુજી બહુ ઓછું બોલતાં ને થોડીક વારમાં તો એ એમના કાયમી સ્થાન એવા હિંચકે ગોઠવાઈ અને છાપું વાંચવામાં મગ્ન થઈ ગયા.

રોજ સવારે બેંક જતા સંજયભાઈ જોતા કે બંને બાળકો દાદાજીની આસપાસ રહેતા. છાપાઓના ઢગલા વચ્ચે વ્યસ્ત એવા વડીલ હંમેશાં શ્વેત ઝભ્ભો લેંઘો પહેરતા. કાળી ફ્રેમના ચશ્મા પાછળ ફરતી આંખમાં વેદના વર્તાતી. આખું છાપું શરૂઆતથી અંત સુધી વાંચી જતા. હીંચકા ઉપર લગભગ 4 થી 5 છાપાઓ અને ઘણાં બધાં પુસ્તકો તેમજ વાંચન સામગ્રી ગોઠવાયેલી રહેતી. અને દાદા જોડે મસ્તી કરતાં વાતો કરતા અને હિંચકાની આસપાસ

દોડતા બંને બાળકો એમનું બરોબર ધ્યાન રાખતા. પરી પણ ઘણી વખત ત્યાં રમવા જતી.

સંજયભાઈ અને શ્રેયાબહેનને પણ આ દીપક અને મીરા સાથે બરોબર ફાવી ગયું હતું. સંજયભાઈને આવે બરોબર મહિનો થવા આવ્યો હશે, ત્યાં એક દિવસ દીપકે કીધું કે 'કાલે તમે લોકો અમારા ઘરે જમવા આવજો. મારા માતા-પિતાનું શ્રાદ્ધ છે.' સંજય નવાઈ પામી ગયો જીવતા બાપનું શ્રાધ કેવી રીતે થાય? દિપકે ફરીથી કહ્યું, 'કાલે તમે ચોક્કસ આવો છો! મારું આગ્રહ ભર્યું નિમંત્રણ છે, સાથે તમને કંઈક વાત પણ જણાવીશ.' કુતુહલવશ ગણો કે પછી મીરાંની સુંદર રસોઈનો, કે પછી મિત્ર ભાવે! સંજય, શ્રેયા અને પરી ત્રણેય જણા દીપક અને મીરાના ઘરે પહોંચી ગયા, એમના માટે સરસ મજાનાં ફ્રૂટ લીધા હતા. સાથે મળી જમ્યા. સંજયથી રહેવાયું નહિ અને વડીલ આરામ કરવા ગયા, બાળકો એમનું મનગમતું કાર્ટૂન જોવા બીજા રૂમમાં ગયા, એટલે દીપકને કુતુહલવશ 'કંઈ વાત કહેવી છે?' એવું સંજયે પૂછ્યું.

ગંભીર મુખમુદ્રા ધારણ કરી દિપકે વાતની શરૂઆત કરી. 'સંજયભાઈ હું કોમર્સ ગ્રેજ્યુએટ નથી. હું બી.ઈ. ઇલેક્ટ્રિકલ એન્જિનિયર થયેલો છું. મોરબી એલઇ કૉલેજમાંથી. ત્યાં મારો એક મિત્ર હતો યશ ભીમાણી. હું મોરબી રહેતો હતો અને યશ સૌરાષ્ટ્રનું પેંડા માટેનું પ્રખ્યાત સ્થળ દેવકી ગાંગડમાં રહેતો. એની માતા તો એ નાનો હતો ત્યારે જ મૃત્યુ પામી હતી. પિતાએ એને ઉછેરવામાં બીજા લગ્ન ન કર્યા. ખૂબ ફેલાયેલો કારોબાર અને વિશાળ ધંધો એમનો જીવ યશમાં હતો. એક દિવસ હું મોરબી રહ્યો અને યશ

એના પિતાને મળવા એમના ગામ ગયો. યશની સાથે બીજા ત્રણ દોસ્તો પણ હતા. એમાં બે અમારી કોલેજના અને બીજો એક બીજી કોલેજનો. યશ પાણી પાછળ પાગલ હતો. દરિયો, નદી, તળાવ ગમે ત્યાં પાણી જુવે એટલે નહાવા માટે લલચાઈ જતો. અને એ દિવસે એવું જ બન્યું. ઘરે જતાં પહેલાં એ લોકોએ એક પિકનિક પર જવાનો વિચાર કર્યો. નર્મદા કેનાલની અંદર એ લોકો નહાવા પડ્યા. કમનસીબે યશ પાણીમાં ડૂબીને મૃત્યુ પામ્યો. મને જ્યારે ખબર મળ્યા ત્યારે હું દોડતો એના પિતા પાસે પહોંચ્યો. પણ એ વડીલની માનસિક હાલત બહુ જ ખરાબ હતી. સાર સંભાળ રાખવા વાળું કોઈ હતું નહીં. મારે પણ કોઈ હતું નહીં! હું પણ મારા મામા-મામી ભેગો મોરબી રહેતો હતો. મારા માતા-પિતા તો હું આઠમા ધોરણમાં હતો, ત્યારે જ અકસ્માતમાં મૃત્યુ પામ્યા હતા. ગામડેથી મામા-મામી મને અહીંયાં મોરબી લઈ આવ્યા. આગળ વધવામાં મદદ કરી. મારા મામાને એક જ દીકરી હતી, જે સારા ઘરે પરણાવેલી હતી. એટલે યશના પિતાની સાથે હું થોડોક સમય રહ્યો. એમને હુંફ આપવાનો સાથ આપવાનો સમજવાનો પ્રયાસ કર્યો. હવે કોના માટે રૂપિયા ભેગા કરવાના. મનથી એ ખૂબ દ્રવી ઉઠ્યા હતા. ખૂબ રડતા યશને અને ભગવાનને યાદ કરી કરીને બહુ જ કકળતા. એમની માનસિક હાલત એવી હતી જ નહીં કે ધંધો કરી શકે. એમનો ધંધો સમેટી એમના નાણાનો વહીવટ કર્યો. જેથી એમની પાછલી જિંદગીમાં અગવડ ન પડે. યશના જવાથી એના પિતાની માનસિક હાલત ખૂબ ખરાબ હતી. એ સમયગાળામાં મને સ્ટેટ બેંકની અંદર નોકરી લાગી. મારે કોઈપણ હિસાબે પગભર થવું હતું એટલે મેં પરીક્ષા આપી હતી અને એનું પરિણામ

મારી તરફેણમાં હતું. હવે મારી બદલી અમદાવાદ થઈ હતી. યશના પિતાને એકલા રાખવા શક્ય નહોતા. મામા-મામીએ નોકરી મળતાની સાથે જ મારું સગપણ મીરા સાથે કરી નાખ્યું. ભણેલી, ગણેલી, સુશીલ મીરા સારા કુટુંબમાંથી આવતી. મારું લગ્નજીવન શરૂ થયું અને મેં યશની આખી કહાણી એને જણાવી. એણે પ્રેમથી કહ્યું કે તમારા મિત્રના પિતાને આપણે એકલા ન રાખી શકીએ અને અમે આ વડીલ શ્રી નગીનદાસ ભીમાણીને અમારી સાથે લઈ આવ્યા, એ મને પુત્ર તુલ્ય ગણે છે અને એ મારા માટે પિતાજીથી કમ નથી. સંજય અને શ્રેયા આ સાંભળી આશ્ચર્યથી અભિભૂત થઈ ગયા. આજે હડહડતા કળિયુગમાં સગા મા-બાપને પોતાના સંતાનો રાખવા તૈયાર નથી. ત્યારે તમે મિત્રના પિતાને પોતાના ગણી એક પિતા તુલ્ય પ્રેમ આપી એના ઘડપણને ઉજાળ્યો. તમારા સંસ્કારોને તમે દીપાવ્યા. ધન્ય છો તમે. લો ત્યારે હવે ચા નાસ્તો કરીને જ ઘરે જશો.' પોતાની વાત પૂરી થયા પછી બે હાથ જોડી દીપકે ઈશ્વરનો આભાર માન્યો અને વાત સાંભળવા બદલ સંજય અને શ્રેયાનો પણ આભાર માન્યો.

સમય પાણીની જેમ પસાર થતો રહ્યો અને એક દિવસ સંજય અને શ્રેયાને તેમની મામાની દીકરીના ઘરે એક પ્રસંગમાં રાજકોટ જવાનું થયું. સંજય જમાઈ હોઈ સાસરી પક્ષમાં એને બહુ જ માન સન્માન મળ્યું. એક વાતચીત દરમિયાન એક વડીલ જે એની પત્ની શ્રેયાના મામા થતાં એ દેવકી ગાંગડના હતા, એવું એણે સાંભળ્યું. ચાહીને એ વડીલ સાથે સંજય વાતોએ વળગ્યો. થોડીક વાતચીતને અંતે એણે કહ્યું કે 'તમે દેવકી ગાંગડમાં વર્ષોથી રહેતા હશો.' એ વડીલે જવાબ આપ્યો, 'હાસ્તો આજકાલ કરતા 75

વર્ષ થયા.' સંજય એકાક્ષરી જવાબ આપ્યો, 'તો તમે નગીનભાઈ ભીમાણીને તો ઓળખતા જ હશો.', 'અરે નગીનભાઈને કોણ ન ઓળખે? બિચારો બહુ દુખિયારો આત્મા પણ દિલનો સાફ. ઈશ્વરે ઢગલો રૂપિયા આપ્યા પણ જો એનું નસીબ કેવું! કમાયો કોઈ ભોગવે કોઈ.' નગીનદાસની આખી કરમકહાણી જણાવી. અને છેલ્લે જાણે બોમ્બ ધડાકો કરતા હોય એમ જણાવ્યું. 'એમના દીકરાના મૃત્યુ પછી એનો જિગરજાન દોસ્ત આવ્યો હતો. લગભગ 4 થી 5 કરોડની સંપત્તિનો એ વારસદાર બની બેઠો. સિફતાઈથી એજ એક સંતાન હોય એવો બાપની મિલકતનો વહીવટ કર્યો. વળી પાછો એ બેંકમાં હતો. બધી જગ્યાએ નોમિનીમાં પોતાનું જ નામ રાખ્યું એણે. સમાજમાં બધા વાતો કરે છે કે બાપ ગણીને એને પોતાની સાથે લઈ ગયો છે એનું ઘડપણ તો સુધરી ગયું. જેવા જેના નસીબ!'

આ સાંભળી બેંકમાં કામ કરતા સંજયભાઈ ને તમામ ગડ બેસી ગઈ. દીપકની જાહોજલાલી, વડીલ પ્રત્યેનું સન્માનિય વર્તન એની પત્ની મારફતે વડીલને રાખવામાં આવતી કાળજી. અરે અચાનક જેકપોટ લાગ્યો હોય પાંચ-સાત કરોડનો અને એ મિલકતમાંથી પણ રૂપિયા બનવાના હોય તો કોણ આટલા રૂપિયા આપનારની દરકાર ન કરે. દીપકના નસીબ માટે ખરેખર સંજય મનોમન બબડ્યો, “ખુદા દેતાં હૈ તો છપ્પર ફાડકે દેતાં હૈ." એ વાત દીપકને બરોબર લાગુ પડે છે.

8. મંગલસૂત્ર

શાંતા વશરામ મુલાણીને પરણીને આવી ત્યારથી એના માટે આ દ્રશ્ય કાયમનું બની રહ્યું હતું. દાદાગીરી કરતો, હંમેશાં જો હુકમી કરતો, મનભાવન વર્તન કરતો અને પગની જૂતી ગણી શાંતા સાથે હંમેશાં ખરાબ વર્તન કરતો પતિ હતો. સાધારણ પરિવારમાંથી આવતી શાંતા માટે લગ્ન એ આનંદદાયી, સુખદ અને બધી જ રીતે સરસ બનશે એ માત્ર સપનું જ બની રહ્યું. સમાજના શ્રીમંત વ્યક્તિ એટલે કાશીરામ મુલાણી. અને એમનો દીકરો વશરામ જમાવેલા કારોબાર પર સીધો બેસી ગયેલો બગડેલો નબીરો હતો. લગ્નના દિવસથી જ એને સાદી સીધી શાંતા ગમતી નહીં. કારોબાર સંબંધે એને દેશ-વિદેશ ફરવાનું રહેતું. શરાબ, સુંદરી અને બધી રીતે પૂરો કહી શકાય તેવો વશરામ ઘરમાં ઓછું અને બહાર વધારે રહેતો. ઘરમાં હોય ત્યારે પણ ધાક ધમકી દાદાગીરી અને પત્ની ઉપરનો ત્રાસ શાંતા ચુપચાપ સહન કરી લેતી. એમના જીવનમાં કમલ નામના પુત્રનું આગમન થયું. શાંતાને માટે કમલ એ સહારો બનશે એવી અપેક્ષા પણ મિથ્યા રહી. મોટો થતો કમલ બાપના પૂરેપૂરા અવગુણો લઈને જન્મેલો. સમય જતા ધંધો એના હાથમાં આવ્યો અને સોના સાઈઠ કરતો ગયો. મોના સાથે જ્ઞાતિના રીત રિવાજ મુજબ ધૂમધામથી એનાં લગ્ન થયાં. વશરામ જે રીતે ભૂતકાળમાં શાંતા સાથે વર્તન કરતો એનાથી પણ ખરાબ વર્તન કમલ મોના સાથે કરતો. ઘણીવાર એ મોના પર હાથ ઉપાડતો. વળી વશરામના મૃત્યુ બાદ એક પછી એક લીધેલા ખોટાં નિર્ણયોને પરિણામે ખૂબ દેવું થઈ ગયું. એક

પછી એક બધા જ ઘરેણાં વેચાતા ચાલ્યા. બાપદાદાની આબરૂ અને શાખને બટ્ટો લાગ્યો. જાણે કોઈએ દીધેલી બદદુઆ પ્રગટ થઈ રહી હોય એમ એક પછી એક માઠા દિવસો આવવા માંડ્યા. મહેલ જેવું મકાન પાણીના ભાવે વેંચી કમલ અને મોના સાથે શાંતાબેન બે રૂમના ભાડાના ઘરમાં રહેવા આવી ગયાં. તેમ છતાં કમલના વર્તનમાં જરાય પરિવર્તન ના આવ્યું.

એક રાત્રે ચીક્કર પીને આવેલો કમલ મોના સાથે મોડી રાત સુધી ખૂબ ઝઘડ્યો. બંધ કમરામાંથી આવતા અવાજોને પરિણામે આખી રાત શાંતાબેન સૂઈ ના શક્યા. મનોમન કંઈક નિર્ણય કરતા હોય એમ એ સતત પોતાના વિચારને વાગોળતા રહ્યા. ઈશ્વર ખરેખર આ ઘર ઉપર રૂઠ્યો છે એવું એમને મનોમન પ્રતીત થવા લાગ્યું. એક નિર્ણય કરી એ સુતા અને સવારે ઉઠ્યા ત્યારે મોના રસોડામાં કામ કરી રહી હતી. એના વર્તન ઉપરથી શાંતાબહેને પકડી લીધું કે મોનાને કમલે સખત મારી છે. છતાંય મોના કમલની વિરુદ્ધમાં એક હરફસુદ્ધા શાંતાબેન આગળ ન બોલી. કમલના ગયા પછી એક ખૂણે એ ડૂસકા ભરીને રડતી શાંતાબહેને જોઈ. એમણે મોનાને હિંમત આપી અને કહ્યું, 'ચલ મારી સાથે.' બંને સ્ત્રીઓ દુઃખી અને શોષિત હતી. જીવનમાં એમણે ઘણું સહન કર્યું હતું. રીક્ષામાં ગોઠવાયેલી બંને સ્ત્રીઓ પોતપોતાના ભૂતકાળને વાગોળતી રહી. થોડીકવારમાં એક નામાંકિત વકીલની ઓફિસ આગળ રિક્ષા ઊભી રહી. એડવોકેટ જતીન ઝાલા, જે મોટું નામ હતું. નસીબ જોગે જતીન ઝાલા સાથે તેઓને રૂબરૂ મળવાનું થયું. આખી કહાણી સાંભળ્યા પછી મોનાને શાંતાબહેને કમલથી છુટા

થવા માનસિક તૈયાર કરી લીધી. વકીલે પોતાની કામગીરી અને ફરજ બંને ખૂબ સરસ રીતે બજાવી હતી. કાર્યવાહીનો આરંભ થયો. વકીલની ફી પેટે શાંતાબહેને પોતાની પાસે રહેલું પતિની એકમાત્ર નિશાની તરીકે ગણાતું મંગલસૂત્ર આપી દીધું.

મોનાએ બહુ આગ્રહ કર્યો કે ના ગમે તે રીતે પૈસાની તજવીજ કરીશ. શાંતાબહેને કહ્યું, 'પતિ મારો ક્યારેય હતો જ નહીં અને હવે તો એ મૃત્યુ પામ્યો છે. મારા આ સૌભાગ્યની નિશાનીથી કોઈનું ભાગ્ય બદલાતું હોય તો એનાથી ઉત્તમ કાર્ય બીજું શું હોઈ શકે?' અને જતીન ઝાલાને એમણે મંગલસૂત્ર આ કેસ લડવાની ફી પેટે આપી દીધુ. ગુસ્સામાં કામ માટે ગયેલો કમલ લગભગ અઠવાડિયે ઘરે આવ્યો. ત્યારે મોના ઘર છોડીને ચાલી ગઈ હતી અને છુટાછેડાના કાગળ ઉપર સહી હતી. મોના અને કમલના છૂટાછેડા થયા. આમેય કમલ પાસે આપવા જેવું કંઈ હતું જ નહીં.

થોડાક દિવસ પછી જ્યારે તેણે જાણ્યું કે મા એ પોતે પોતાનું મંગલસૂત્ર વકીલને આપી મોનાને એનાથી છૂટી કરી છે. ત્યારે એના મનમાં રહેલો શેતાન સળવળી ઊઠ્યો. શાંતાબહેનને ન કહેવાના વેણ કીધા. ઢોર માર માર્યો. બેહોશીની હાલતમાં શાંતાબેન દવાખાને આવ્યા અને પોલીસ સ્ટેટમેન્ટમાં એમણે જણાવ્યું કે હવે એ કમલ સાથે નહીં રહી શકે! એટલે એમને વૃદ્ધાશ્રમમાં શિફ્ટ કરવામાં આવ્યા. કમલ ત્યાં પણ આવીને ધમ પછાડા કરતો પણ વૃદ્ધાશ્રમના જે કર્મચારીઓ અને સંચાલકો હતા તેના ધાક ધમકીપૂર્ણ વર્તનથી કમલ આવતો બંધ થઈ ગયો.

સમય પસાર થતો ચાલ્યો અને તનમનથી નંખાઈ ગયેલા શાંતાબેનનું જીવન પણ વધારે શુષ્ક અને નીરસ બનતું ચાલ્યું. જાણે એ મોતની વાટ જોતા હોય એમ એ કંતાઈ ગયા. આ ઘટનાને લગભગ બે વર્ષ પસાર થઈ ગયા. માનસિક યાતના, પીડા અને પરિવાર તરફથી મળેલા આવા દુઃખી જીવનને લીધે તેમનું મન સાવ ખાટું થઈ ગયેલું. અશક્તિને પરિણામે ઘણો સમય એ પથારીમાં જ ગાળતા. પથારીમાં પડેલો હાડકાનો માળો લાગતો. ઈશ્વરે જેટલા શ્વાસ લખ્યા હશે એટલા તો જીવવા રહ્યા એવું એ મનોમન માનતા અને પ્રભુને પ્રાર્થના કરતા કે ગત જન્મમાં કરેલા કંઈક ખરાબ કર્મોનું ફળ એમણે ભોગવ્યું. હવે આ સમય ઈશ્વર પૂર્ણ કરજે. એમની વાણી જાણે ફળતી હોય એમ, એક ઉજળી સવારે લગભગ અગિયારેક વાગ્યાના સુમારે વૃદ્ધાશ્રમના એક સેવા ભાવી વ્યક્તિ એવા કોદરભાઈનો અવાજ એમના કાને પડ્યો. 'બા આવો હું તમને ઉઠાડું તમને કોઈક મળવા આવ્યું છે.' શાંતાબાની આંખોમાં આશ્ચર્ય હતું. 'ભાઈ તમારી કોઈ ભૂલ થાય છે મને કોણ મળવા આવે? મારું તો કોઈ છે જ નહીં.', 'ના તમને જ મળવા આવ્યા છે.' અને હાથનો ટેકો આપી કોદરભાઈ ધીમે ધીમે શાંતાબહેનને લાકડીના ટેકે બહાર લઈ આવ્યા. એક યુવતી એમને જોઈને પગે પડી અને ધ્રુસકે ધ્રુસકે રડવા લાગી. શાંતાબેન ઓળખી ના શક્યા કે આ કોણ છે? મોનાએ પોતાની ઓળખાણ આપી. 'મા કમલથી છૂટી થયા પછી મેં અજય સાથે લગ્ન કર્યા છે. મારા માતા-પિતાએ બેસીને મને અજય સાથે પરણાવી છે. અજય ખૂબ સારા માણસ છે.' અજય મા ને પગે લાગ્યો. 'મા આજથી તમે તમારી આ દીકરી અને દીકરાના ઘરે રહેશો. તમારો ભૂતકાળ તો

હું બદલી નહીં શકું પણ હવેનું જે ભવિષ્ય બચ્યું છે એ હું તમારી ચાકરી કરી અને આશીર્વાદ મેળવી સમૃદ્ધ કરવા ઇચ્છું છું.' શાંતાબેન આભા બની આ આવેલા ચમત્કારિક પરિવર્તનને ઈશ્વરના આશીર્વાદ ગણી સ્વીકારી રહ્યા. મોના બોલી, 'જે સાસુએ પોતાનું મંગલસૂત્ર વેચીને મારું જીવન સુધાર્યું એ મા બની શક્યા, તો હું દીકરી કેમ ન બની શકું? અને મારા ગયા પછી કમલે એમની પર શું નહીં વિતાવ્યું હોય એની કલ્પના જ નથી કરી શકતી.' અજય અને મોનાના નિર્ણયથી વૃદ્ધાશ્રમની દીવાલો હસી ઊઠી. આંખમાં આંસુ સાથે બોખલા હાસ્ય સાથે એ બંને સંતાનોના હાથ પકડી ડગુમગુ કરતા આગળ વધ્યા. શાંતાબેનનું જીવન મોના અને અજય સાથે સારુ જાય તેવી ઈશ્વરને સૌ વૃદ્ધાશ્રમમાં રહેલી વ્યક્તિઓ પ્રાર્થના કરતી રહી.

9. સમજ

સવારના 6:30 વાગે નેહાને રસોડાની અંદર કામ કરતી જોઈ, નિતીન નવાઈ પામી ગયો. સર્વિંગ પ્લેટફોર્મ ઉપર કપ રકાબી અને બીજા વાસણોને લુછીને ગોઠવતા એના મમ્મી વિભૂતિબેન સાથે નીતિનની નજર ટકરાઈ. આંખો દ્વારા થયેલા સંવાદોની આપ-લેથી બંનેએ સંતોષની લાગણી અનુભવી. છેલ્લા અઠવાડિયાથી આ ક્રમ સચવાયો હતો. અને જે ઘટનાઓ થોડાક દિવસોમાં બની રહી હતી, એનાથી વિભૂતિબેન અને એમના પતિ વિમલભાઈ તેમજ એમનો એકમાત્ર દીકરો નિતીન અચંબિત બની ગયા હતા. પેસેજમાં સોફા ઉપર આરામથી છાપું વાંચી રહેલા વિમલભાઈના મનમાં પણ કંઈક થડકાર હતો કે, હમણાં વાસણ ન ખખડે. એની પાછળનું એકમાત્ર કારણ નેહાનો સ્વભાવ હતો. મુંબઈ જેવા શહેરમાં, ખાર જેવા પોશ વિસ્તારની અંદર ફ્લેટ હોવો એ શ્રીમંતાઈની નિશાની ગણાતી. દોરી લોટો લઈને મામાની જોડે આવેલા વિમલભાઈને એક જૈન મોભી પરિવારની ઓળખાણથી બેંકમાં નોકરી મળી અને ધીમે ધીમે એમણે કુટુંબને સધ્ધર અને સમૃદ્ધ કર્યું. પોતાની મહેનત અને લગનથી તે ક્રમશ આગળ વધતા ગયા અને પછી તો ઓફિસર બન્યા. ત્યારબાદ એમને ઠેક ઠેકાણે બેંકની નોકરીની ટ્રાન્સફરને લીધે ઘણું ફરવાનું થતું હતું. હવે વિમલભાઈ છેલ્લા પાંચ વર્ષથી નિવૃત્ત જીવન ગાળતા. તગડું પેન્શન મળતું. એમ.ટેક થયેલ અને મલ્ટીનેશનલમાં કામ કરતા નીતિન પાસે તેથી જ હાથ લંબાવવો પડતો નહીં. ઘરતો પેન્શનમાં જ ચાલી જતું.

નેહા અને નીતિન બસમાં જોડે જોબ અંગે રોજ જતા આવતા પરિચિત બનેલા. અને એ ગાળામાં નેહા સંઘવીનું માગું નિતીન શાહના ઘરે આવ્યું. નેહા પણ બી.ઈ. થયેલી હતી. એક પ્રાઇવેટ કંપનીમાં સારા પગારની નોકરી હતી. ઘણી બધી શરતો નેહાની હતી. પણ નેહા તો નીતિનના સપનાની રાજકુમારી જેવી હતી. જૈન, ભણેલી-ગણેલી અને વળી પોતાના ફ્રેન્ડ સર્કલમાં પણ ભળી શકે તેવી મોર્ડન હતી. આવી પત્ની મળે તો જીવન રસભેર માણી શકાય એવું મંતવ્ય નીતિનનું હતું. એટલે જ નેહાની નીતિનને તમામ શરતો મંજૂર હતી. બહુજ અંગત સ્વજનો અને સ્નેહીજનોની હાજરીમાં નિતીન અને નેહા પરણી ગયા. પોતે કમાય છે, એટલે કામ નહીં કરે. પોતાની કમાણીનો હિસાબ પોતે જ રાખશે. નીતિન અને એના મા-બાપે ચલાવી લીધું. પોતાની દીકરાની ખુશી એમને મને અગત્યની હતી. વિભૂતિબેન શારીરિક રીતે સ્વસ્થ હતા. અને હવે તો વિમલભાઈનો ઘર કામમાં પણ એમને પૂર્ણ સહકાર રહેતો. નેહા 8:30 એ ઊઠી ફટાફટ તૈયાર થઈ નીકળી જતી. વિભૂતિબેન પહેલાં એક ટિફિન બનાવતા. હવે થોડું વધારે બીજું ટિફિન પણ નેહાનું પેક કરી તૈયાર રાખતા. સાંજે બંને ઓફિસથી આવે ત્યારે ચારે જણા જોડે ગરમ ગરમ જમતાં. નેહા નિતીન સાથે પોતાના લગ્ન જીવનને મન ભરીને માણતી. બંને જણા ખાસ્સુ કમાતા હોઈ વિકેન્ડમાં કે પછી રજાઓની મોકળાશ મળે ત્યારે ફરવા ઊપડી જતાં. વિભૂતિબહેન અને વિમલભાઈ આમ તો ખુશ થતા. છતાંય વિભૂતિબહેન ઘણીવાર ઉભરો ઠાલવતા હતા કે, 'મારી જવાબદારી વહુ આવવાની સાથે ઘટવાને બદલે વધી ગઈ છે.' નિતીન બધુંજ સમજતો એટલે એ છૂટથી રૂપિયા મમ્મીના

હાથમાં મૂકી દેતો હતો. એણે તો સવાર સાંજ માટે રસોઈ વાળી બાઈ રાખવાનું સૂચન પણ કર્યું હતું. પણ ચુસ્ત જૈન કુટુંબને એ વાત માન્ય નહોતી. નેહા સારું કમાતી હોઈ પોતાના મોજ શોખ અને ટાપટીપ પાછળ ધરખમ ખર્ચો કરતી. અને પ્રસંગોપાત નાની મોટી ભેટ સાસુ-સસરાને આપી ખુશ રાખવાનો પ્રયાસ કરતી. નેહા પણ જૈન પરિવારની હોઈ એની માતાની કેળવણી એને પ્રાપ્ત હતી. નેહા બાલ્યા-અવસ્થાથી ભણવામાં હોશિયાર હતી. થોડી ઘમંડી હતી. એની એવી માનસિકતા હતી કે પૈસાના જોરે બધું ખરીદી શકાય. માણસો ખરીદી શકાય છે. જે રૂપિયા ફેંકતા ઘરકામ પણ કરે, રસોઈ પણ કરે. એટલું બધું ભણી ગણીને રસોડામાં શું રહેવાનું! અને એટલે જ એ પૈસાના જોરે એના પતિને અને એના પરિવારમાં મનસ્વી રીતે જીવતી. નીતિન સમજદારી પૂર્વક બધુંજ સાચવી લેતો તેમજ વિમલભાઈ પણ કુશળતાથી પરિવારને એક તાંતણે બાંધી રાખવામાં પોતાનો તમામ પ્રયાસ ઉમેરી દેતાં. પણ છેલ્લા અઠવાડિયાથી નેહા એક આદર્શ પત્નીની જેમ એક આજ્ઞાકારી વહુ બનીને વર્તન કરતી. વિભૂતિબહેને એક બે વખત નીતિનને હળવે રહીને કહ્યું પણ ખરું, 'આ પરિવર્તન સારું છે પણ આવ્યું કેવી રીતે? એ જાણ!' અને એકવાર એમની સૌની ગુસપુસ નેહાના કાને અથડાઈ. નેહાએ પોતે જ પોતાનામાં આવેલા પરિવર્તનની વાત પરિવાર સમક્ષ મુકવાની પહેલ કરી. ઓફિસથી આવી જમવાના ટેબલ પર સૌ જ્યારે એકત્રિત થયા ત્યારે, નેહાએ ઉતારેલી ઈડલીના વખાણ બધાએ કર્યા. સંભારતો સાસુમાંએ બનાવી દીધો હતો. પણ ચટણી અને ઈડલી નેહાએ બનાવેલા. સૌ

સાથે મળીને જમ્યા ત્યારે નેહાના મુખ પર પરિવારે કરેલી પ્રશસ્તિનો આનંદ ઊભરાતો હતો.

જમ્યા બાદ મુખવાસ ખાધા પછી એણે ધીરે રહીને વાતની રજૂઆત કરી. 'મમ્મી તમને યાદ છે કે લગભગ 15 દિવસ પહેલાં મારી કીટી પાર્ટી હતી. અને મેં શનિવારે સવારે રાખી હતી મારા ઓફ હતો વિકલી.' વિભૂતિબેન થોડુંક યાદ કરી કહ્યું, "હા હા કેમ નહીં? બહુ સરસ જમવાનું તે મંગાવ્યું હતું પણ તારી બહેનપણીઓ ધાર્યા કરતાં ઓછી આવી હતી એટલે ખાવાનું ખૂબ વધ્યું હતું.' નેહાએ ફરીથી વાતને પકડી લીધી, 'હા! બરોબર. પાર્ટીમાંથી બધાં જતાં રહ્યાં પછી ત્રણ સાડા ત્રણે મેં જોયું તો ખાસ્સુ ખાવાનું હતું. આપણા ઘરે સાંજે કોઈ આ ખાશે નહીં એ પાકું હતું. અને નીતિનને પણ ઓફિસમાં સાંજે પાર્ટી હતી એટલે એ બી ખાવાનો નહોતો. તો આટલું બધું ખાવાનું શું કરવું? કોઈકના પેટમાં જાય એમ વિચારી મેં પેકેટ્સ બધા થેલિમાં ભર્યા, અને એ લઈને હું ગરીબ અને જરૂરિયાત મંદને આપવા નીકળી. મને બરોબર યાદ છે કે સ્ટેશન તરફ જવાના રસ્તે રેલવે ટ્રેકની પાછળની સાઈડ ચાર-પાંચ ગરીબ લોકોના ઝુંપડા જેવા છાપરા હતા. ઘણીવાર એ રસ્તે પાછા આવવાનું થાય ત્યારે મને યાદ હતું. લગભગ ત્રણ સવા ત્રણનો સમય હશે એટલે હું ત્યાં પહોંચી અને એક પરિવાર બહાર બેઠો હતો મેં એમને ખાવાનું આપવાનો પ્રયાસ કર્યો. એક યુવાન લાગતો વ્યક્તિ વિલ ચેરમાં હતો. તેની આગળ એની પત્ની જેવી લાગતી સ્ત્રી રોટલા ઘડી રહી હતી. બાજુના વાસણમાં કંઈક ચટણી અને મરચા જેવું પડ્યું હતું. એક વૃદ્ધ વ્યક્તિ ભરબપોરે તડકે લંબાઈને સૂતી હતી. અને બે નાના બાળકો આસપાસ રમતાં હતા.

મેં એમને સરસ ખાવાનું આપવાનો આગ્રહ કર્યો. મને એમ કે પરિવાર બહુ હોંશથી મારું ખાવાનું સ્વીકારશે અને મને બહુ આશીર્વાદ આપશે. પણ એમણે પ્રેમથી મારા ખાવાનાનો અસ્વીકાર કર્યો. અને કહ્યું "કે ના બહેન લોકો અમને ખાવાનું આપી જાય છે એ વધેલું ઘટેલું વાસી અને બગડેલું ખાવાનું ખાઈને અમારે બીમાર થવું નથી. તમે ત્યાં સામે ગોબરગેસ પ્લાન્ટ છે, એમાં નાખી દેશો જે અમને બળતણ આપશે." મે કીધું, "આ વાસી નથી હમણાં સવારનું જ ખાવાનું છે. એણે પ્રેમથી ના પાડી. ના હું મારા પતિ અને મારા સસરાને મારા નાના બાલુડાને મારા હાથનું બનાવેલુંજ ખાવાનું આપીશ. ભલે અમે રોટલો મરચું અને ચટણી ખાઈએ પણ ઘરની વ્યક્તિ દ્વારા તૈયાર થયેલા ખાણાનો આનંદ અનેરો હોય છે. જેમાં પ્રેમની મીઠાશ પડેલી હોય છે. જે પરિવારને આગળ વધવાને કમાવાની તાકાત આપે છે. ને જુઓ સાંજે સાડા ચાર પાંચે સામે રહેલી આગળની હોટલમાં પાર્ટી છે એટલે અમારા ફુગ્ગા વેચાઈ જશે. નેહા એમના નકારને સાંભળી રહી. નેહાની નજર એ વહીલચેરમાં બેઠેલા વ્યક્તિ પર પડી રહી. રોટલા ઘડતા એ પત્ની બોલી, બે વર્ષ પહેલાં ટ્રક વાળાએ અડફેટમાં લઈ લીધો એટલે એમનો એક પગ નકામો થઈ ગયો એટલે વિલ ચેરમાં બેસીને ફુગ્ગા વેચે છે. અને મારા સસરા પણ પગે ચાલી શકે છે એટલે આસપાસ ફુગ્ગા અને બીજી નાના છોકરાઓને લગતી વસ્તુઓને એ બધું વેચશે. પાછા આવતા એમને રાત પડી જશે તો ભૂખ્યા શી રીતે રહેવાય. પત્ની તરીકેની મારી ફરજ બને છે. કામ તો સૌ કરે જ છે. તમે ભણેલા મોટી ઓફિસોમાં કામ કરો, અમે અભણ છીએ એટલે અમે વાસણ કપડા અને ઘરનું કામ કરીએ.

પણ જે પેટની આગ ઓલવવા માટે કામ કરીએ છીએ એમાં પ્રેમનું નિરણ હોય ને તો પ્રત્યેક કોળિયો મીઠો બને. અભણબાઈની વાતે મારા પગ તળે જમીન સરકાવી દીધી. મારી મમ્મીના શબ્દો મને યાદ આવ્યા. બેટા ગમે તેટલું કમાઈએ પણ સ્ત્રીના હાથે પરિવાર માટે બનેલી રસોઈથી સાદું ખાવાનું પણ અમૃત બની જીવાડતું હોય છે. આટલી ભણેલી ગણેલી હું રોફ મારતી રહી તમારી ઉપર અને મારો ધર્મ અને ફરજ હું ચુકી એ વાતનું મને દુઃખ થયું. એ બાઈએ મને અહેસાસ કરાવ્યો કે મેં શું ગુમાવ્યું છે. એની પાસે જે હતું એના કરતાં મારી પાસે ઘણું વધારે હતું તોય હું ઘમંડમાં રાચીને મારો ધર્મ અને ફરજ બેય ચુકી છું, તોય તમે લોકો એટલા સંસ્કારી રહ્યા કે મારી દરેક વાતને વગર વિરોધે સ્વીકારી. બસ ત્યારથી મને મારી જવાબદારીનું ભાન થયું અને મેં જે ભૂલ કરી 'તી એ સુધારવાનો મેં પ્રયાસ કર્યો. પોતાની' પત્નીમાં આવેલા આ સરસ પરિવર્તનને ઈશ્વરને કાયમ સુશાસિત અને સ્વસ્થ જીવનની કરેલી પ્રાર્થનાની ફલશ્રુતિ નીતિને માની. પરિવારના સૌ સભ્યો આ સમજને સ્વીકારી આનંદિત બન્યા. એટલું જ નહીં નેહાએ બીજી પણ વાત કરી કે 'મેં આખા ફ્લેટની અંદર તમામ સ્ત્રીઓને વિનંતી કરી છે કે તેમનો નકામો કચરો હવે એ લોકો પ્લાસ્ટિકની થેલિમાં ભરશે અને જાતે ગોબરગૅસ પ્લાન્ટમાં અમે નાંખી આવીશું, એટલે એ અને એની આસપાસ રહેલા બીજા પરિવારોને બળતણ મળતું રહે. એ પરિવારોના વર્તન અને દષ્ટાંત દ્વારા કદાચ સાક્ષર પણ સંસ્કારોમાં નિરાક્ષર વ્યક્તિના જીવનમાં સમજનું દીપ પ્રાગટ્ય થતુ રહે.' નેહાના સત્કર્મને પરિવારજનોએ અને સોસાયટીના તમામ

સભ્યોએ બિરદાવ્યું. વિમલભાઈ અને વિભૂતિબેન પોતાની વહુમાં આવેલી આ સમજનો આનંદ માણતા રહ્યાં.

10. "A" લોગો

શચી "હુસેન દોશી ગુફાની" અંદર એક આર્ટ એક્ઝિબિશનમાં પહોંચી હતી. વર્ષો પછી એ પરિચિત જગ્યાની સુવાસ મનમાં અકબંધ હતી. સાથે અવિનાશ સાથે ગાળેલા સુવર્ણમય સમયના સંસ્મરણો પણ તાજા થઈ આવ્યા. એ એક પછી એક ચિત્ર જોતી જતી હતી. ત્યાં એક આખી વોલ ઉપર અદભુત અને કલાત્મક રંગ સંયોજનથી સભર વિવિધતાપૂર્ણ કેનવાસ પેઇન્ટિંગ જોઈ એ ઊભી રહી ગઈ. દરેક ચિત્રની જમણી તરફ છપાયેલી આકૃતિ 'એ' અને એના બે ભાગ વચ્ચે કલાત્મક રીતે ગોઠવાયેલો એસ. ધ્યાનથી જોતા એ એસ ઉપર હવે ચોકડીની નિશાની હતી. ચોકડી વગરનું આ ચિન્હ તો પોતાની ઓળખ દર્શાવવા સ્પેશિયલ અવિનાશે શચી અને અવિનાશના સંબંધ રૂપે તૈયાર કરેલો લોગો હતો. અવિનાશ પોતાના દરેક ચિત્રની નીચે 'એ' આવી રીતે લખતો. પણ હવે તો એસની ઉપર ચોકડી હતી. આંગળીએ રહેલો અવીશ બિલકુલ નિરસ અને નિષ્ક્રિય બની શચીને ઘરે જવા દબાણ કરતો. અમેય છ વર્ષના અવીશને ચિત્રમાં જરાય રસ નહોતો. પણ શચીને એ લોગોમાં સવિશેષ રસ હતો. એ આખી વોલ પછીની લાઈનમાં પણ એજ ચિત્રકારના ચિત્રો હશે એવું એને લાગ્યું. ઊંધી બાજુથી એણે એક પરિચિત સ્વર સાંભળ્યો. એજ મધમીઠો અવાજ, જે તેને સંમોહિત કરી ગયો. કેમ ભૂલી શકે એ અવાજ. હા ચોક્કસ અવાજ અવિનાશનો હતો. સામે રહેલી મોટી કેબીનમાં એ ઝડપથી જતો રહ્યો. શચી એને એની પીઠ ઉપરથી ઓળખી ગઈ. એજ જિન્સ પેન્ટ અને એજ ખૂલતું સફેદ શર્ટ. વાંકડિયા લાંબા વાળ. શચીએ

પોતાનું કાર્ડ અંદર મોકલ્યું. વર્ષો પછી કાશ એ અવિનાશને મળી શકે તો, 'જો એ મારો અવિનાશ જ હશે તો નક્કી મને મળવા બોલાવશે.' અને જવાબની એ આતુરતાથી પ્રતીક્ષા કરતી બહાર વેઇટિંગ લોન્ચમાં બેસી રહી. ચાર વોલ ઉપર ગોઠવાયેલા એજ લોગો વાળા પેઇન્ટિંગને જોતા લોકો ભરપૂર પ્રશંસા કરતા અને ઘણા બધા પેઇન્ટિંગસ ઉપર સોલ્ડ એવું લેબલ લાગી ચૂક્યું હતું.

અવીશનો ફ્રેન્ડ મોનાર્ક એની મમ્મી સાથે એ ડ્રોઇંગ એક્ઝિબિશનમાં આવ્યો હતો. એના મમ્મી પણ આર્ટિસ્ટ હતા. અવીશ મોનાર્કને જોઈને ખૂબ ખુશ થયો, બંને જણા રમવા લાગ્યા. અવીશ મોનાર્કના ઘરે એના ત્યાં રમવા જવાની વાત શચી પાસે લઈને આવ્યો અને મોનાર્કના મમ્મી પણ તૈયાર હતા, એ બંનેને ઘરે લઈ જવા. મોનાર્કના મમ્મી શચીની સંમતિ સાથે એ બન્નેને લઈ એમના ઘરે ગયાં. શચીને કહેતાં ગયાં કે રાત્રે જમીને અવીશને એમના ઘરે પરત મૂકી જશે. આમેય મોનાર્ક ઘણી વખત અવીશના ઘરે રમવા આવતો. એટલે શચીને તો જાણે મોકળાશ જોઈતી હતી. એ મળી ગઈ એનો આનંદ હતો. બહાર બેઠા બેઠા એ ચિત્રો, પ્રશંસા કરતા લોકો, નિહાળતા એના ભૂતકાળમાં સરી પડી.

આજ વિસ્તારની એલડી આટર્સ કોલેજમાં એ ઇંગ્લિશ લિટરેચર સાથે બી.એ. કરી રહી હતી. કોલેજથી બે-ત્રણ બિલ્ડિંગ છોડીને આવેલા મુખ્ય રસ્તા ઉપરના એક કોમ્પ્લેક્ષમાં સંગીત શીખવા 'ગંધર્વ' વિદ્યાલયની અંદર અઠવાડિયામાં ત્રણ દિવસ સાંજે સ્કુટી પર શચી આવતી. એજ કોમ્પ્લેક્ષની અંદર અવિનાશની એકદમ નાનો સ્ટુડિયો કે દુકાન જે ગણો એ હતી.

સ્કુટી કાઢી આપવાથી શરૂ થયેલી વાતચીત મિત્રતા અને છેવટે પ્રણયમાં પરિણામેલી. અવિનાશ મુંબઈની જે જે સ્કૂલ ઓફ આટર્સમાંથી આર્ટિસ્ટ થયેલો. પાંચ ફૂટ નવ ઇંચનું કસાયેલું શરીર. જાણે રોમન શિલ્પકારનું શરીર હોય એવું લાગતું. વાંકડિયા લાંબા વાળ, જે એને કલાકાર જીવને માફક આવતા. મોટાભાગે સફેદ ખૂલતું શર્ટ, જેના પહેલાં ત્રણ બટન ખુલ્લાં રહેતાં અને એમાંથી સિંહની કેશવાળી જેવા ભરાવદાર વાળ, તેનું પુરુષત્વ નિખારતા. હંમેશાં સ્મિત યુક્ત ચહેરો. આંખોમાં દેખાતો સંસ્કારીપણાનો ભાવ. અવિનાશની બાઇક ઉપર બંને જણા ઘણીવાર ફરવા જતા. અવિનાશ સરસ મજાનાં ચિત્રો દોરતો. એનું રંગ મિશ્રણ અને ચિત્રની કલાત્મકતા અનન્ય હતી.

કાગળનાં બોક્સ ઉપર અચાનક ચિત્ર દોરી એ રમત રમતમાં ભેટ તરીકે શચીને આપતો. એક વખત નવરાત્રીની અંદર એની ઓઢણીને એટલી આર્ટિસ્ટિકલી પેન્ટ કરી હતી કે નવરાત્રીના ગરબા કોમ્પિટિશનમાં કોલેજમાં એને બેસ્ટ ડ્રેસનો એવોર્ડ મળ્યો હતો. પક્ષીના પીંછાને એકત્રિત કરી એ કલાત્મક ચિત્ર બનાવતો. સ્ટ્રો ઉપર કાગળના ફૂલ બનાવી એ શચીને આપતો. શચીનું કબાટ આવી અવનવી વસ્તુઓથી ભરચક થતું ચાલ્યું. કોલેજનું છેલ્લું વર્ષ આવી ગયું. અને એક દિવસ એ મમ્મી-પપ્પાની સાથે એક મૅરેજ ફંક્શનમાં ગઈ હતી. લાઈટ પર્પલ પિન્ક કલરના એના ગાઉનની સાથે સાચા મોતીની માળામાં એક મોડલ જેવી સુંદર લાગતી હતી. શચીના પિતા શરદભાઈનો અમદાવાદમાં ઇલેક્ટ્રોનિક્સ ચીજ વસ્તુઓ વેચવાનો મોટો સ્ટોર હતો. બહુ મહેનતથી તેમણે શાહપુર વિસ્તારમાંથી ધંધો વિકસાવી

અમદાવાદનો પોશ ગણાતા સીજી રોડ ઉપર બે માળનો આ સ્ટોર "ધ્વનિલ" વિકસાવ્યો હતો.

શચી શરદભાઈ અને ચારુબહેનની દીકરી. એના પછી એક દીકરો ધવલ. અભિનવ સાથે એની પહેલી મુલાકાત મૅરેજ ફંક્શનમાં થઈ હતી. અભિનવ એના પિતા શરદભાઈના પરિચિત એવા શેખર અને શમિતાનો બીજા નંબરનો દીકરો હતો. અભિનવથી મોટી બહેન કશ્વી પરણીને ઓસ્ટ્રેલિયા સેટ થઈ ગઈ હતી. એમ.ફાર્મ થઈને પિતાનો દવાનો ધંધો સંભાળતો અભિનવ ભણીને ધંધેજ બેસી ગયો હતો, એટલે જીવન જીવવાના કોડ એના હજી બાકી હતા. જીવનસાથીની પસંદગી માટેના કાર્યક્રમો ચાલતા હતા. શચી અને અભિનવની ટૂંકી મુલાકાતમાં બંનેને એ પાત્ર પસંદ આવ્યાનું બંનેના માતા પિતાએ નોંધ્યું. સાદો, સરળ, સ્માર્ટ અને હેન્ડસમ લાગતો અભિનવ ઉત્તમ વાકછટા ધરાવતો એલિજબેલ બેચલર હતો.

ઘરે આવ્યા બાદ સૌ વાતચીત કરતા રહ્યા. બીજે દિવસે શરદભાઈ વહેલા આવી ગયા. અભિનવ વિશે શચીનો અભિપ્રાય પૂછ્યો. પણ શચી તો અવિનાશના રંગે રંગાયેલી હતી, એટલે મૌન રહી. માતાએ કમાન સંભાળી લીધી. 'બેટા આપણને જ્ઞાતિની અંદર આવો સુંદર છોકરો ભણેલો ગણેલો વેલ સેટ મળી રહ્યો છે, તો એને જતો ન કરાય. વળી છોકરી એક છોકરાને નથી પરણતી પણ એ આખા પરિવારને પરણે છે. મેં તો તારા પપ્પાના શરૂઆતના સંઘર્ષના દિવસો જોયા છે પણ અમે નથી ઇચ્છતા કે તારે એવા દિવસો જોવા પડે. તું જે માહોલમાં ઉછરી છે એનાથી વધારે સારું

અથવા કમ સે કમ એજ લેવલનું ઘર તને મળે એવી એક માતા-પિતા તરીકેની અમારી ઈચ્છા હોય એમાં ખોટું પણ શું છે. તું વિચારજે.'

હિંચકે બેઠેલા શરદભાઈ સુરતી સોપારી તોડી મોઢામાં મૂકી રહ્યા હતા. તેમણે શચી ને કહ્યું, 'બેટા તારા મનમાં શું છે. એ મને ખબર છે. તારો બાપ ભલે ધંધો સીજી રોડ ઉપર કરતો હોય પણ એની નજર એમની યુવાન દીકરી ઉપર છે જ. ગેર સમજ ના કરતી, હું તારી જાસૂસી નથી કરતો પણ તારા પેલા ચિત્રકાર મિત્ર સાથેની તારી ઉઠક બેઠક અંગે મને માહિતી છે. જો દીકરા પ્રેમથી પેટ ના ભરાય! જીવન જીવવા માટે નાણું અનિવાર્ય છે. પૈસા વગર એક ડગ મૂકી શકાતો નથી. તે ગરમ પાણીની ડોલ પણ ઊંચકી નથી, એના માટે પણ બાથરૂમમાં ગીઝર છે. સ્કુટી અને કાર સિવાય તું ફરી નથી. આર્થિક તાણ શું? એ તને ખબર નથી. જિંદગી જીવવા માટે સમાજમાં સ્ટેટસ હોવું જરૂરી છે. નાણું, સંપત્તિ, જ્ઞાતિ આ બધી વસ્તુઓ જીવનમાં બહુ અગત્યની છે. અવિનાશ ગજ્જર બરોબર ને. એ જે છે તું એ ફેમિલીમાં ક્યારેય સેટ નહીં થઈ શકે! એના માતા-પિતા તો ગામડે રહે છે. એકલો એ અહીં રહે છે. નથી એની પાસે પોતાનું કહી શકાય એવું ઘર કે નથી એની પાસે કોઈ સોશિયલ સ્ટેટસ, તું વિચારી જો જે. મને નથી લાગતું કે તું જે જીવન શૈલીથી ઉછરી છે એને એ પોશી શકે!'

મમ્મી-પપ્પાએ પોતાનું કામ બેખૂબી નિભાવ્યું હતું. એમણે બહુ સરસ રીતે શચીનું બ્રેનવોશ મીઠા શબ્દોમાં કર્યું હતું. શચીએ પણ મનોમન નોંધ્યું હતું કે ૨૫ વર્ષના જીવનગાળા દરમિયાન

ક્યારે દુઃખનો પડછાયો સુદ્ધાં જોયો નહોતો. એની બંને બહેનપણીઓ પણ ફરી કોક જોડે પણ લગ્ન તો સાધન સંપન્ન એવા છોકરા સાથે જ કર્યા. વળી મમ્મી-પપ્પાએ પસંદ કરેલા પાત્ર સાથે કર્યા હતા. વાંચેલી વાર્તાઓ અને પોતાના પરિચિત એવી એક વ્યક્તિની જીવન કથા યાદ આવી ગઈ. કે જેમાં પ્રેમીની જોડે ભાગીને પરણેલી એ યુવતી પૈસાના અભાવે પાછળથી ખૂબ દુઃખી થઈ. અભિનવ સાથેની મુલાકાત અને મમ્મી-પપ્પાની ચર્ચાઓમાં બે-ત્રણ દિવસથી કોલેજ પણ ના જઈ શકી કે અવિનાશને મળી પણ ન શકી. ચોથે દિવસે અવિનાશને મળી. એ સવારે જ મુંબઈથી આવ્યો હતો. ખૂબ ખુશ હતો. શચીએ તરત લગ્નની વાત છેડી. અવિનાશ બહુ પ્રેમથી શચીને જણાવ્યું, 'મને થોડોક સમય આપ, મારે હજી સેટ થવું પડશે. સરસ ઘર ખરીદું એમાં બધું વસાવું અને ત્યારબાદ હું તારા પિતાજી પાસે તારો હાથ માગું.'

શચી ચિડાઈ, 'અવિનાશ 30 વર્ષ સુધી હજી તું સેટ થવાની વાત કરે છે. મારા મા-બાપ મારા માટે છોકરાઓ શોધે છે.' અભિનવ સાથે થયેલી મુલાકાત અને મા-બાપનું પ્રેશર એણે જણાવ્યું. અવિનાશે દુઃખી થતાં કહ્યું, 'તે પ્રેમ તારા મા-બાપને પૂછીને મને કર્યો છે? અને મેં તારાથી કશું જ છુપાવ્યું નથી. હું સેટ થાઉં એટલી રાહ તો તારે જોવી જ રહી. તને ખબર છે કે હું આર્ટિસ્ટ છું. હું આજે નહીં તો કાલે સફળતાના શિખરે હોઈશ, એનો મને ચોક્કસ વિશ્વાસ છે.' શચી ગુસ્સાથી બોલી, 'ત્યાં સુધીમાં તો હું બે છોકરાની મા થઈ ગઈ હોઈશ.' અવિનાશ મજાકમાં એ વાત ઉડાવી દીધી. 'મેં તને ક્યારેય સ્પર્શ સુદ્ધાં કર્યો નથી. જે વસ્તુ લગ્ન પછી થશે, એ ત્યારે જ થશે. એ સમજ તો તને આવી જ ગઈ હશે.

હું તારા જેટલો આર્થિક રીતે સંપન્ન નથી પણ સંસ્કારી અવશ્ય છું. નિર્ણય તારે કરવાનો છે કે તારે મારી માટે રાહ જોવી છે કે પછી.. તારે તારા મમ્મી-પપ્પા કહે એમ કરવું છે. મારી જીવનસાથી કોઈ ધમકી અને દબાણ વશ થઈને મારી સાથે જીવન જોડે એવું હું ઈચ્છતો નથી. મારો પ્રેમ તારા માટે એટલો જ શુદ્ધ અને પવિત્ર છે. તું મારા માટે શું છે! એ માત્ર હું જ જાણું છું. તારું સ્થાન બીજું કોઈ જ મારા જીવનમાં નહીં લઈ શકે.'

શચી અવાચક બની સાંભળતી રહી. એના મગજ ઉપર એના માતા-પિતાની બ્રેનવોશની તીવ્ર અસર હતી કે પછી અભિનવના ચુંબકીય વર્તનની. એ નક્કી કરવું મુશ્કેલ હતું. શચી ઘરે પાછી આવી. તે અનિર્ણિત અવસ્થામાં વિચારોમાં મગ્ન ધાબા ઉપર આંટા મારી રહી હતી. શરદભાઈ એની મદદે આવ્યા, 'જો બેટા, જીવનનો નિર્ણય શાંતિથી લે જે. યોગ્ય પાત્ર સાથે જીવન જોડાયેલું હોય તો જિંદગીની સફર આનંદદાયક રહેતી હોય છે. એ બરોબર વિચારજે. તું બંને પાત્રો વચ્ચે ગુંચવાયેલી છે, એ બંનેની તુલના કરજે, ને એમાં જે શ્રેષ્ઠ પાત્ર તને લાગે એને તું તારા જીવનસાથી તરીકેની પસંદગીમાં સ્થાન આપજે. અમારી ઈચ્છા અભિનવ સાથે તું જોડાય એ વધારે ગમશે.'

આ વાતચીત ચાલતી હતી ત્યાં શેખરભાઈનો ફોન આવ્યો, 'તમે લોકો કાલે રવિવાર છે તો અમારા ઘરે જમવા આવો.' એ લોકો પણ આજના મોડર્ન જમાનાની અંદર જીવનસાથી માટે છોકરી મેળવવાની તલાશમાં જોડાયેલા હતા. એમને ખબર હતી કે આજે છોકરી મેળવવી બહુ કઠિન છે. જ્ઞાતિની સુખી કુટુંબની સંપન્ન

છોકરી શચી જવા દેવા તૈયાર નહોતા. રવિવારની સાંજે ખાદી સિલ્કના ક્રીમ કલરના સુંદર ડ્રેસમાં ગ્રીન કલરનો બ્લૉક પ્રિન્ટનો દુપટ્ટો, ગળામાં પાતળી સોનાની ચેન સાથે તે ખરેખર સરસ લાગતી હતી. મેચિંગ કોલ્હાપુરી ચંપલ અને ખુલ્લા વાળમાં આકર્ષક લાગતી હતી. અમદાવાદના નારાયણપુરા વિસ્તારમાં 600 વારના પ્લોટની અંદર બંધાયેલું અભિનવનું મકાન વિશાળ અને સુંદર હતું. ઘરમાં પ્રવેશતા રફ પથ્થરની પગથી, બંને બાજુ રહેલ લોન અને એમાં ભાત ભાતના છોડ સેવંતીથી શરૂ કરી પારિજાત સુધી અને નારિયેળીથી શરૂ કરી સરગવા સુધીના વૃક્ષોથી આચ્છાદિત ઘર હતું. ગાર્ડન ચેર અને બીજી બાજુ રહેલો કૃત્રિમ ફુવારો વાતાવરણને શુદ્ધ અને હકારાત્મક ઉર્જાથી સભર બનાવતા. નકામા વૃક્ષને કાપીને બનાવેલી સીટીંગ એરેન્જમેન્ટ ધ્યાન આકર્ષક હતી. ગુલાબની પાંદડીઓના શરબતથી એમનું વેલકમ થયું.

ઘરની અંદરની આકર્ષકતા શેખરભાઈ અને એમના પરિવારનો ઉત્તમ ટેસ્ટ દર્શાવતી. સોફા, પડદા, કાર્પેટ રાચ રચીલું અને ઘરની બાંધણી એમની બૌદ્ધિકતા અને એક રીચ ટેસ્ટનો ખ્યાલ આપતી. સફેદ કલરના લખનવી ઝભ્ભા અને ચૂડીદાર સાથે થોડીક જ વારમાં વર્તુળાકાર સીડી ઉપરથી ઉતરતો અભિનવ એક ફિલ્મના હીરો જેવો લાગતો હતો. સૌ એને જોઈ રહ્યા. શચીના માતા-પિતાના મનમાં આવો જમાઈ મળે તો ખરેખર દીકરીનું જીવન સમૃદ્ધ બને એવા મનભાવન ખ્યાલ ઉભરાતા રહ્યા. ઔપચારિક વાતચીત પછી શેખરભાઈએ અભિનવને કીધું, 'બેટા,

આપણું ઘર તો શચીને બતાવ.' આખું ઘર જોયા પછી શચી મનોમન ઘર અને પરિવારના સભ્યોથી મોહિત થઈ ગઈ હતી. સતત દોડાદોડી કરતા એક બે નોકરો. આદેશ આપતા અભિનવના મમ્મી અને એક વખત શચીને જોવા માટે ડોક્યુ કરી ગયેલો મહારાજ, એની નોંધ શચીએ લીધી હતી. અભિનવનો બેડરૂમ મોર્ડન અને કલાત્મક રીતે સજાવેલો હતો. ચાર-પાંચ જગ્યાએ ચિનાઈ માટીના વાસણની અંદર પાણી ભરીને ગાર્ડનમાં ઉગેલા વિવિધ ફૂલો સેવંતી, મોગરો, ગુલાબ તરતા મુકેલા હતા. સરસ મજાની કેન્ડલ તરતી હતી.

અભિનવે સીસમના કલાત્મક ટેબલ ઉપર રહેલી પિત્તળના સ્ટેન્ડમાં રહેલી મસ્ત મોટી કેન્ડલ સળગાવી. એની સાથે સુંદર ખુશ્બુથી આખો રૂમ ભરાઈ ગયો. સાહિત્યથી શરૂ કરી સંગીત સુધી અને ફિલ્મથી શરૂ કરીને ફિટનેસ સુધીની ઘણી બધી વાતો એ બંને વચ્ચે થઈ. શચીને ગમતી સંગીતની સીડીનો સેટ અભિનવે તેને ભેટ તરીકે આપ્યો. આવી આકર્ષક ભેટ મેળવવા એ તરફડતી રહી હતી. અવિનાશે તો ક્યારેય પૈસા ખર્ચવામાં ઉદારતા બતાવેલી જ નહીં. એક આખો કોર્નર સંગીતની વિવિધ સીડીઓ, ગ્રામોફોન અને લેટેસ્ટ સંગીત સાંભળવા માટેના ઇન્સ્ટ્રુમેન્ટ અને હેડફોનથી ભરેલો હતો. અભિનવે પોતાનું હાઉસ જીમ પણ બતાવ્યું. 'અમે લોકોને દવા ખવડાવીએ છીએ, અમારે દવા ન ખાવી પડે એ માટે અમે સભાન છીએ.' અને બંને જણા હસી પડ્યા. શચી અભિનવ અને એના પરિવારથી ખરેખર આકર્ષિત થઈ ચૂકી હતી. એની વિચારધારા, વાણી, વર્તન, અભ્યાસ, સોશિયલ સ્ટેટસ, એની પસંદગી, અને ઘર સજાવટની ઝીણી ઝીણી કલાત્મકતા, બહાર

હરવા ફરવાના અને પર્યટન માટેના દેશ-વિદેશનાં સ્થળોની જાણકારી, એટલું જ નહીં અંગ્રેજી લિટરેચરની અંદર પણ તેનું જ્ઞાન ખૂબ વિસ્તૃત હતું. જે એનું વિશાળ વાંચન પ્રતીત કરતું. ઘરે આવ્યા પછી શચી અવિનાશ અને અભિનવ વચ્ચે ટેનિસ બોલની જેમ ફંગોળાતી રહી. મા-બાપનું બ્રેનવોશ જીતી ગયું અને અવિનાશનો પ્રેમ હારી ગયો. છેલ્લી વાર કંઈક નિર્ણય સાથે શચી અવિનાશને મળી, ત્યારે અવિનાશે જણાવ્યું કે 'એને બહુ મોટું કંસાઇનમેન્ટ મળ્યું છે. અને એના ભાગરૂપે એને મુંબઈની ઝાંગીર આર્ટ ગેલેરીની અંદર પોતે તૈયાર કરેલા વિવિધ પેઇન્ટિંગસ પ્રદર્શિત કરવાના છે. સાથે સાથે ત્રણ પેઇન્ટિંગ ઓલરેડી વેચાઈ ગયા છે. આ કિંમતમાંથી એ બહુજ નજીકના સમયમાં અમદાવાદની અંદર એક નાનકડો વન બીએચકેનો ફ્લેટ ખરીદશે. ક્યાં અભિનવની આલીશાન જાહોજલાલી અને ક્યાં અવિનાશની અનિશ્ચિત સફળતાની સફર. છેવટે શચીએ મા-બાપને આગળ ધરી અવિનાશનો સાથ છોડી રહી છે એ વાત જણાવી. અંતિમ વખત મળીને ત્યાંથી સ્કુટી મારફાડ ભગાવી ઘરે આવી ગઈ.

અવિનાશના શબ્દો એના કાનમાં ગુંજતા રહ્યા. 'શચી મેં તને સાચા હૃદયથી ચાહી છે. હું તને દુઃખી નહીં કરી શકું. પણ હા, જો તું મારા જીવનમાં રહી હોત તો હું તને જીવનના પ્રત્યેક સુખ આપત, એની મેં તને ખાત્રી પણ આપી હતી અને એ માટે હું પરિશ્રમ પણ કરી રહ્યો છું અને એક દિવસ એવો હશે કે લોકો આ અવિનાશની પૂજા કરતા હશે.' શચી માત્ર ફિક્કું હસી અને એને આ બધી બાબત મૂંગેરીલાલના સપના જેવી લાગી. અવિનાશથી મુક્ત થયા બાદ માત્ર છ મહિનામાં એ અભિનવ સાથે રંગેચંગે લગ્નના

બંધનમાં બંધાઈ ગઈ. શચી શરદ ધોળકિયામાંથી, શચી અભિનવ મહેતા બની ગઈ. અવીશનો જન્મ એમના લગ્ન પછીના બરાબર બે વર્ષ બાદ થયો. એણે જે સપનું સેવેલું અભિનવને જોઈને એના પરિવારને જોઈને એ નિતાંત સુખ, સમૃદ્ધિ પ્રેમ, સ્ટેટસ એ તમામ લગ્ન પછી એ પામી શકી અને માતા-પિતાનો સંતોષ પણ.

'મેડમ લો આ તમારું કાર્ડ સર બીઝી છે એ તમને નહીં મળી શકે! તમને એક પત્ર મોકલ્યો છે.' એક સફેદ યુનિફોર્મે ધારી વ્યક્તિ શચી સાથે વાત કરી રહી હતી. કાગળમાં એક ચીત પરિચિત અક્ષર અવિનાશના હતા. 'સોરી શચી મારા જીવનમાંથી ગયેલી વ્યક્તિને હું ફરી ક્યારે એન્ટ્રી આપતો નથી. એટલે જ તને યાદ તો મેં રાખી છે પણ મારા 'એ'ની સાથે એસ ઉપર હવે ચોકડી છે એ તે જોયું જ હશે. મેં લગ્ન નથી કર્યા. પણ, હા એક સફળ વ્યક્તિ તરીકે આજે મારું સ્થાન હું તારી નજર સામે ઊભું કરી શક્યો છું, એ વાતનો મને સંતોષ છે. જહાંગીર આર્ટ ગેલેરી અને વિશ્વભરની આર્ટ ગેલેરીમાં મારા એક્ઝિબિશન થાય છે. બોમ્બેમાં મારા બે ફ્લેટ છે. અમદાવાદમાં સિંધુભવનની અંદર મારો બંગલો તૈયાર થઈ રહ્યો છે. મારા મૃત્યુ બાદ આ તમામ સંપત્તિ આ આર્ટ ગેલેરીને જતી રહેવાની છે, કેમ કે મારો કોઈ વારસદાર નથી. મેં તને કહ્યું હતું કે તારું સ્થાન કોઈ નહિ લઈ શકે. મેં મારુ વચન પાળ્યું છે. અલવિદા! શચી ફરી મને મળવાની ક્યારેય કોશિશ ના કરતી. મારા લોગોમાં તું આજીવન સ્થાન પામતી રહીશ.' શચી સડક બની ગઈ. જે પ્રેમને એણે અવગણ્યો હતો, એ બધી જ રીતે શ્રેષ્ઠ પુરવાર થઈ એની નજર સમક્ષ હતો. પસ્તાવો કરવો, રડવું કે પછી એણે જે અભિનવનો સાથ સ્વીકાર્યો હતો ત્યાં જવું. અને એ

ઊભી થઈ સ્વસ્થ બની, પોતાના માર્ગે ચાલી નીકળી. શચી મનમાં વિચારતી રહી, 'મેં અવિનાશને સમજવાનો પ્રયાસ કર્યો હોત તો આજે મારી પાસે ઇચ્છેલું બધું અને સાથે અવિનાશ હોત! પણ હવે ઘણું મોડું થઈ ચૂક્યું છે.' બારીમાંથી અવિનાશ શચીને કાયમ માટે જતી જોઈ રહ્યો.

11. વર્ષગાંઠ

નાનકડો અને પરાણે વહાલો લાગે એવો ગોળમટોળ માત્ર અઢી વર્ષનો સ્વર, આજે ખૂબ ખુશ હતો. ચારે બાજુ બધા એકઠા થયેલા જોઈને મોજમાં આવી ગયો. સ્વજનો વચ્ચે બેઠેલા શ્વેતવસ્ત્રોમાં સજ્જ એવા દાદીમા પાસે દોડતો જઈ પહોંચી ગયો. એ ખરેખર તો એના મમ્મીના દાદીમાં હતા. 'હેપ્પી ટુ યુ બહેન.' અને એની કાલી ઘેલી ભાષામાં બોલાયેલા હેપ્પી બર્થ ડેના શબ્દોનો પ્રતિસાદ એના નાના અને નાનીએ તાળી વગાડીને પાડ્યો. દુષ્યંતભાઈ અને દીપ્તિબેનની સાથે એમના નાના ભાઈનો પરિવાર મનોજ, સ્વાતિ અને એમનો દીકરો મુંજાલ 'હેપ્પી બર્થ ડે ટુ યુ' માં જોડાયા અને પછી તો હોલમાં બેઠેલો લગભગ 50 લોકોનો માનવ સમુદાય એક સાથે તાળી વગાડીને હેપ્પી 'બર્થ ડે ટુ યુ' નો આનંદથી ઘોષ વ્યક્ત કર્યો. 79 વર્ષ પૂર્ણ કરી ભદ્રાવતી લાખિયા આજે 80મા વર્ષમાં પ્રવેશ કરી રહ્યાં હતાં. સંતાનો એમને બહેન કહેતાં. અને મોટી વહુ દીપ્તિ પહેલેથીજ મમ્મી કહેતી. આ ‘હેપ્પી બર્થ ડે ટુ યુ' નો નાદ સાંભળી અચંબિત અને આનંદ મિશ્રિત આંખોથી સૌ સામે તે જોઈ રહ્યાં.

પોતાની સાસુએ માતાનો પ્રેમ સૌને આપ્યો હતો. દિપ્તીબેહેન જાણતાં હતાં કે પોતાની સાસુએ એમની એકની એક દીકરીના ઉછેરમાં જીવ રેડી દીધો હતો. હવે એના દીકરાને પણ એ પ્રાણથી પણ અધિક પ્રેમ આપી ત્રીજી પેઢીને ઉછેરવામાં પોતાનો યથાશક્તિ ફાળો આપી રહ્યા હતા. દિપ્તીબેહેન પોતે લગ્ન પહેલાં

જ નોકરી કરતા હતા. આજથી 50 વર્ષ પહેલાં સૌ સંયુક્ત પરિવારમાં જોડે રહેતા. ભદ્રાબેન કહેતાં, 'તું નોકરી કરે છે ને! તારો સમય થઈ ગયો, એટલે તારે કામ પડતું મૂકી, જમીને તરત જોબ પર જતા રહેવાનું.' એ જમાનામાં પણ આવું આધુનિક વિચારધારા પૂર્ણ વર્તન એમણે દિપ્તીબહેન જોડે દાખવ્યું હતું. સાસુને આ વખતે શું ગિફ્ટ આપવી? એનો વિચાર એમની પુત્રવધૂ દીપ્તિને આવ્યો. દર વખતે સાડી કે એવું કંઈક ભેટમાં લાવીએ ત્યારે ભદ્રાબેન તરત જ કહેતા શું કામ નકામો ખર્ચ કરો છો? આ પહેરીને ક્યાં જવાનું મારે હવે? ધોળા ધોતીયા કોઈને કામમાં પણ નહીં આવે! એટલે આ વખતે એમની વર્ષગાંઠ કંઈક વિશિષ્ટ રીતે ઉજવવી છે, જે એમના માટે યાદગાર બની જાય. ભદ્રાબહેને 80 વર્ષની જીવન સફર જે રીતે કાપી હતી, એ અદભુત હતી. એક તાંતણે સૌને બાંધી રાખી, પોતાના સંતાનોનું શ્રેષ્ઠ જીવન ઘડતર કર્યું હતું. ત્રણ દીકરી અને બે દીકરાઓને સભ્ય અને સંસ્કારી બનાવી સમાજમાં પોતાનું નામ બનાવી શકે, તેવા તૈયાર કરીને પતિદેવ ભાસ્કરરાવ સાથે ઊભા કર્યા હતા.

બે વહુઓને પણ યોગ્ય કેળવણી આપી એક આદર્શ પરિવારના ઘડતરમાં ઈંટ મૂકી હતી. તો એવી સાસુની વર્ષગાંઠ અનોખી રીતે ઉજવવી એવું દીપ્તિએ મનમાં નક્કી કર્યું હતું. પતિ, દિયર દેરાણીને વાત કરતા સૌએ સંમતિનો સુર આપ્યો. 'આ વાત આપણા ચાર જણા પૂરતી જ મર્યાદિત રાખીએ.' છેલ્લા સમયે એ વાત જાહેર કરવી એમ ગોઠવણ કરવામાં આવી હતી. નાનકડો સ્વર આ બધી બાબતોનો સાક્ષી રહ્યો હતો. એને કહેવામાં આવ્યું હતું કે બહેનને કહેવું નહીં. એમની હેપ્પી બર્થ ડે ના દિવસે ‘હેપ્પી

બર્થ ડે ટુ યુ' કહીને એમને તું જ સૌથી પહેલું વિશ કરીશ. નાનકડા સ્વરે બરોબર વડીલોની સૂચનાનું પાલન કર્યું હતું. આજે ધન્ય ઘડી આવી ગઈ. એ સ્વરના સ્વરમાં સૌએ તાલ મિલાવી વર્ષગાંઠને આનંદિત કરી મૂકી.

ત્રણ દીકરીઓ, દીકરાઓ, પૌત્રીઓ એમના સાસરી પક્ષના સભ્યો અને ભદ્રાબહેનના હયાત એવા ત્રણ બહેનો અને એક ભાઈ પરિવાર સહુ મોજુદ હતા. ઉપસ્થિત સૌ વડીલોએ એમના દીકરાઓને કહ્યું, 'અમને જાણ તો કરવી હતી.' આમેય દિપ્તીબહેન અન્નપૂર્ણા તરીકે પંકાયેલાં અને ખાવા ખવડાવવાના શોખીન. સમયે સમયે વાર તહેવાર અને પ્રસંગોપાત ગેટ ટુ ગેધર યોજાતું રહેતું હતું. એટલે ફોન દ્વારા જ્યારે સૌને નિમંત્રણ મળ્યું ત્યારે એવું જ કહેવામાં આવ્યું હતું કે બસ એમ જ બધા મળે અને વાતોચીતો થાય. એક નાનકડી પાર્ટી ગોઠવી છે. તમે આ સમયે આવી જશો. સ્વજનો સ્નેહીજનો મિત્રો કોઈને એવી ભનક સુદ્ધાં હતી નહીં કે પોતાની માતાની વર્ષગાંઠ દીકરા અને વહુઓ આ રીતે ઉજવી રહ્યા છે. હેપ્પી બર્થ ડેના નાદ પછી સૌએ 80 વર્ષના વડીલ એવી વ્યક્તિનો ચરણસ્પર્શ કરી આશીર્વાદ મેળવ્યા અને શુભેચ્છાઓ પાઠવી.

છેલ્લા લગભગ 27 વર્ષથી વૈધવ્ય ભોગવતા બેનના આંખમાં ખુશીના આંસુ હતા. અને મોટી વહુ દીપ્તિ તરત બોલી. મમ્મી તમે આખી જિંદગી બધાનું કર્યું છે. તો આજે હવે તમારી આ ઉંમરે તમને ગમતી વ્યક્તિઓને એકત્રિત કરી અને બધાને સરપ્રાઈઝ પાર્ટી આપી એમાં તમને જે ખુશી મળી, એનો આનંદ

અમારા માટે અનેરો છે. તમારા સંસ્કાર છે કે બધાએ પરિવારમાં એક સાથે મળીને જીવવાનું અને સારા માઠા પ્રસંગે પડખે ઊભા રહીને બધું હોવાનો ગુણ નિભાવવાનો!' બસ અમે એજ તમારા શિક્ષણને દીપાવવાનું તમારા જીવન સંસ્કાર ઘડતરને ઓપ આપવાનો પ્રયાસ કર્યો છે. સુંદર મજાનાં ખાણા સાથે રિટર્ન ગિફ્ટ તરીકે સ્ટીલના ડબ્બાની લહાણી ભદ્રાબહેનના હાથે જ કરાવવામાં આવી હતી. આટલી ઉંમરે પણ એમની વર્ષગાંઠને યાદ રાખી પરિવારને ભેગા કર્યા અને સૌએ સાથે મળી જે આનંદ કર્યો એ વાત વર્ષો સુધી એમના મનમાં એક સુંદર સ્મૃતિ તરીકે કંડારાયેલી રહી. પોતાની કેળવણીને સંતાનોએ જે રીતે દીપાવી એનો આત્મસંતોષ એક મા તરીકે જે એમના મુખ ઉપર ચમકતો હતો એનું વર્ણન અશક્ય રહ્યું. એમના મિત્રો અને એમના સગા સૌએ એમને અભિનંદન આપ્યા કે એમણે એવું ઉત્તમ કાર્ય આપ સૌ માટે કર્યું હશે કે દીકરાઓ તો એમના થયા પણ વહુઓએ પણ એમની આટલી કાળજી કરી. યાદ રાખીને એમની વર્ષગાંઠને આ રીતે ઉજવી. આજના જમાનામાં તો સંતાનો મા-બાપને ઘરડા ઘરમાં મૂકી આવે છે. હળહળતો કળિયુગ છે. ત્યારે નિસ્વાર્થ ભાવે સંતાનો એમની જે દરકાર કરી એ સન્માનીય છે. બે દીકરીઓ અને એમનો પરિવાર આવી શક્યો હતો.

ત્રીજી દીકરી બીલીમોરા હતી, એને માત્ર મેસેજ મોકલ્યો હતો. પૌત્ર પૌત્રીઓ અને પ્રપૌત્ર એવો નાનકડો સ્વર સાથે, એમની આ ખુશીને કેમેરાની તસવીરમાં આજીવન માટે કેદ કરી લીધી. સમસ્ત પરિવારજનો અને જ્ઞાતિજનો એ પણ નોંધ લીધી કે ૪૦

વર્ષના દાદીમાની પરિવારજનોએ કેટલી સરસ રીતે વર્ષ ગાંઠ ઉજવી. એ દિવસ એમના અત્યાર સુધીના જન્મદિવસનો શ્રેષ્ઠ દિવસ બની રહ્યો. અને એમની દીકરીઓ માટે એમની જનેતાની ઉજવેલી 80 મી વર્ષગાંઠ ખરેખર યાદગાર ઘટના બની ગઈ.

વર્ષગાંઠ તો કોઈ પણ ઉંમરે ઉજવી શકાય! પાઉં અને લસણ કાંદા નહીં ખાનાર એ દાદીમા માટે એમની પસંદગીના ખાણાનું આયોજન ખૂબી પૂર્વક થયું હતું. એક સ્વજને એક કોમેન્ટ ખૂબ સરસ કરી હતી. તમારા બંગલાનું નામ 'વિરામ' છે. સાચે જ ગમે તેવા દુઃખ કે ભારે હૈયે આવેલ વ્યક્તિને અહીંયાં વિસામો મળે છે. સૌએ ભદ્રાબેનને શાબાશી આપી કે તમે તમારા આ વિરામ ઘરને સાર્થક કરતું શિક્ષણ તમારા સંતાનોને આપ્યું છે, એનું જ આ પરિણામ છે. બંને દીકરીઓ અને એમનો પરિવાર પણ પોતાની માતાની આટલી કાળજી અને આ દિવસની યાદગાર ઉજવણીને ખુશીથી માણી રહ્યા. સાચે જ એક માતા 100શિક્ષકની ગરજ સારે એમ દરેકના મન સાચવી એમનો જે ઉછેર કર્યું જે ઘડતર કર્યું, એકજૂથ રેહવાની જે કેળવણી આપી, ભાંડુનું તો કરવું જ, અને આખા પરિવારમાં જ્યારે જેને જેવી જરૂર હોય ત્યારે આપણે ઊભા રહેવું જ આ શિક્ષણને સંતાનો એ દીપાવ્યું એનો આનંદ એક માતા તરીકે ભદ્રા બહેનના મુખ પર તેજ બનીને ચમકી રહ્યો. માત્ર માતા-પિતા સંતાનની વર્ષગાંઠ ઉજવે એવું નહીં, પણ સંતાનો પણ મા-બાપની કોઇબી ઉંમરે વર્ષગાંઠ ઉજવી, એમને અનહદ ખુશી આપી શકે દૃષ્યંત, દીપ્તિ અને લાખિયા પરિવારે એ આપ્યું. એક માતા માટે આના જેવી ઉત્તમ ભેટ વર્ષગાંઠની કઈ હોઈ શકે?

12. પ્રેમ

માહી અને રવિશના લગ્નને હવે સાત મહિના થવા આવ્યા હતા. રવિશ એક પ્રાઇવેટ કંપનીમાં જોબ કરતો. પેથોલોજીકલ લેબોરેટરીની અંદર એમ.એલ.ટી કરીને કામ કરતી માહી! બંનેના આયોજિત લગ્ન હતા. ભારે મંગળ ધરાવતી માહી આચાર્ય એકદમ સાધારણ કુટુંબની છોકરી અને એના માતા-પિતા પણ એકદમ સામાન્ય. તેનો જન્મ થયો ત્યારે યજમાન વૃત્તિ કરતા એના દાદાએ ભવિષ્ય ભાખ્યું હતું કે આ દીકરી ખૂબ સુખ સાહેબી ભોગવશે. તેજસ્વી બનશે. પણ લગ્ન એના સમજી વિચારી કુંડળી મેળવીને જ કરવા. માહી બહુજ મહત્વકાંક્ષી હતી. સાધારણ કુટુંબમાંથી આવતી હોવા છતાં એ ઓછા પૈસે પણ પોતાની જાતને શણગારવામાં આનંદ માણતી. સોશિયલ મીડિયા પર પોતાના ફોટા પોસ્ટ કરી પોતે કરેલી નાની મોટી મોજની વિગત, બહેનપણીઓ સાથેની પાર્ટીની વિગત સોશિયલ મીડિયા પર આકર્ષક રૂપે શેર કરવાથી પોતે પણ એક સેલિબ્રિટી જેવી ખુશી પ્રાપ્ત કરવાનો સંતોષ મેળવતી.

રવિશ તેના કરતા સદંતર વિપરીત હતો. 32 વર્ષની વયે ભારે મંગળ ધરાવતો રવિશ સોશિયલ મીડિયાથી દૂર રહેતો. પોતાની અંગત જિંદગી પબ્લિક સામે મૂકવામાં એને જરાય રસ નહોતો. માહી હંમેશાં સેલિબ્રિટી અને નામાંકિત હસ્તીઓ, વ્યક્તિઓના અવનવાં કપડામાં ફોટો શૂટ અને સુંદર ફોટોગ્રાફ જોઈને સંમોહિત થતી. એના માટે લગ્ન એ પ્રેમનું માધ્યમ હતું.

વાતે વાતે પતિ પ્રેમ જતાવે, કાર્ડ આપે, ગિફ્ટ આપે, સતત આઇ લવ યુ કહયા કરે, એવા ફિલ્મી ચોચલા એને બહુ ગમતા.

વાસણા વિસ્તારમાં બે માળનું ટૅનામેન્ટ ધરાવતા બંકિમ દવે અને સુધા દવેનો પરિવાર. એમનો મોટો દીકરો એટલે રવિશ અને નાનો દીકરો કવિશ. કવિશ બેંગ્લોરમાં ટીસીએસ કંપનીમાં જોબ કરતો. આ દંપતી જતી જિંદગી એક એક નિષ્કર્ષ પર આવ્યા હતા. મહામુશ્કેલીથી મંગળ ધરાવતા રવિશનું બત્રીશ વર્ષની પુખ્ત વયે ઠેકાણું પડ્યું, એટલે આવી બ્રાહ્મણ કુટુંબની સારી છોકરીને શાંતિથી સમજાવી પટાવીને રાખવી. ક્યાં આપણે 10 બાળકો છે? એક જણ છે એની સાથે મળીને રહેવું. કવિશની આવનારી પત્ની આપણી જોડે ક્યાં રહેવાની છે! આપણે તો આ રવિશની અને એની પત્ની સાથે જ નિભાવવાનું છે ને. આ શિક્ષિત દંપત્તિએ પોતાની પુત્રવધૂને બધી જ છૂટછાટ આપી હતી. આજના આધુનિક યુગની માહીની જરૂરિયાત અંગે અને એના શોખ અંગે લોકો સજાગ અને સતર્ક હતા. Facebook ની અંદર પોતાના ગમતા પાત્ર અને સેલિબ્રિટીના છુટાછેડાની વાત એક દિવસ ભારે હૈયે માહીએ રવિશને કરી. રવિશે માહીના રડમસ ચહેરા સામે જોઈને કહ્યું, 'અરે, આ તો બધું બનાવટ હોય. આ લોકો જે ફોટા પોસ્ટ કરે છે, ને એમાં ટીઆરપી વધારવાનો ને લાઈક મેળવવાનો અને લોકો વચ્ચે પોતે ચર્ચામાં રહે એનો આશય વધારે હોય.' રવિશ સાથે માહીનું જીવન આમ તો સરસ હતું. ઘરમાં સુખી હતી, પણ જે સપના એણે જોયા હતા એ મુજબ પુખ્ત રવિશનું વર્તન નહોતું જે એને ખૂંચતું હતું.

એકવાર એના સાસુએ મેથીના ગોટા બનાવ્યા, તો માહીને પ્રેમથી કહ્યું, 'જા, બાજુમાં રમેશકાકા અને મીનાકાકીને આપતી આવ.' એ તો લગભગ વર્ષથી કાકા-કાકીને પડોશી તરીકે જોતી અને ઓળખતી હતી. રમેશકાકાની જો હુકમીમાં જ કાકીને જીવતા જોયા હતા. એ નિસંતાન દંપત્તિ સાથે માહીના ઘરને સારો સંબંધ હતો. આજે કાકા-કાકીના માથે પાણીના પોતા મૂકતાં હતા. માહીની આશ્ચર્યચકિત આંખોને જોઈ પ્રેમથી કહ્યું, 'રોજ મીના મારી કેટલી કાળજી કરે છે! મને બધું હાથમાં આપે છે, પાણીના ગ્લાસથી માંડીને બુટ સુધી! તો ક્યારેક એની તકલીફ હોય, એ માંદી હોય તો મારે પણ એને સાચવવી જોઈએ ને.' માહીને થોડી નવાઈ લાગી, મનમાં વિચારવા લાગી, આ ખરું! ઘેર આવીને સાસુને કહ્યું. ત્યારે હસતા હસતા સુધાબહેન બોલ્યા, 'બેટા, એ તો પ્રેમ છે. આમ લડતા ઝઘડતા જિંદગી જીવાય. સાચો પ્રેમ છે તે વારે વારે પ્રદર્શિત કરવાનો ન હોય. કાળજી હોય પરસ્પરની, અંદરો અંદર એકબીજાની જરૂરિયાત અને માગણી સમજી જતા હોય, એડજસ્ટમેન્ટ કરીને જીવતા હોય એજ તો પ્રેમ છે. બધાની વચ્ચે ચોંટે ચોંટીને ફોટા પડાવવા એ પ્રેમ નથી. પ્રેમ અંતરની લાગણી છે. માત્ર આઇ લવ યુ કહેવાથી જો પ્રેમ સચવાઈ જતો હોય તો બ્રેકઅપ થતા જ ના હોત!' એક શિક્ષિત અને આજીવન શિક્ષણ કાર્ય સાથે સંકળાયેલા સુધાબહેને કુશળતાપૂર્વક પોતાની વહુને સમજ આપવાનો પ્રયાસ કર્યો.

થોડા દિવસ બાદ એક રાત્રે ટીવી જોતાં હતાં, ત્યારે બંકિમભાઈએ માહીને કીધું, 'જો તે કોઈ દિવસ મર્સિડીઝની જાહેરાત જોઈ છે? મર્સિડીઝ ખરીદવા વાળા પાસે ટીવી જોવાનો જ

સમય નથી હોતો. પ્રચાર કે જાહેરાત એની જ કરવામાં આવતી હોય કે જે લોકજીભે અને લોકમાનસની અંદર પહોંચાડવાનું હોય, જે વેચવાનું હોય. ખરેખર પ્રચલિત અને પ્રસ્થાપિત છે એની જાહેરાત ના હોય! પારલે બિસ્કીટની જાહેરાત જુએ છે? આ કાર્ડ, ગિફ્ટ કેકને બધું તો વિવિધ દિવસોની ઉજવણીને બહાના બનાવીને વેચાણ કરવાના રસ્તા છે. એને પ્રેમ સાથે ન જોડી દેવાય. આ બધું વારે તહેવારે આપવા છતાં લગ્નજીવન તૂટી જાય અથવા એ બે વચ્ચે મનમેળ ના હોય તો શું કરવાની વસ્તુને?'

એટલામાં માહીને એના પિયર હતી મણિનગર ત્યાં જે લેબોરેટરીમાં એ કામ કરતી 'તી ત્યાંની એની ફ્રેન્ડ અંકુરની સાથે વાતચીત થઈ. ઘણા દિવસે વાત થયા બાદ અંકુરે પોતાની વિગત રડતા રડતા જણાવી. સોશિયલ મીડિયાથી ત્રણ વર્ષ પહેલાંની રિલેશનશિપનો ભાંડો ફૂટી ગયો. એ છોકરો તો સાવ જ બકવાસ નીકળ્યો. એ બતાવતો કંઈ મીડિયા ઉપર અને જ્યારે તપાસ કરતા ખબર પડી કે આ તો બધું ખોટું હતું. કામ ધંધો કરતો ન હતો. જે અંકુર પ્રેમના ગુણગાન ગાયા કરતી હતી અને આખો દિવસ એના બોયફ્રેન્ડ વિશેની વાતો કરતી હતી એ વખતે માહીને થોડી જલન થતી હતી. પણ આજે સાચું ચિત્ર તેની નજર સામે આવતા એ ડઘઇ ગઈ.

થોડા દિવસ વળી પસાર થયા અને કવિશનો ફોન આવ્યો. તમે લોકો બેંગલોર ફરવા આવો. કારણ કે ટૂંક સમયમાં એની ટ્રાન્સફર થવાની છે, એવી એને જાણકારી મળી છે. ચારે જણાએ સાઉથ ટુરનો પ્લાન બનાવ્યો.

કવિશનો ફ્લેટ તો હતો જ. અને સુધાબહેન અને બંકિમભાઈને તો રજાની સમસ્યા હતી જ નહી! એ લોકો તો નિવૃત્ત જીવન જીવતા. સુધાબહેન સરકારી શાળામાંથી શિક્ષિકા તરીકે હમણાં જ નિવૃત્ત થયા હતા, જ્યારે ત્રણ વર્ષ અગાઉ બંકિમભાઈ એલ.આઇ.સીમાંથી નિવૃત્ત થયા હતા. પંદર દિવસની રજા માહી અને રવિશે લઈ લીધી અને લોકો બેંગલોર પહોંચ્યા. ત્યાં ફર્યા, મોજ કરી અને ત્યારબાદ એ લોકો મૈસુર ગયાં. ત્યાં બહુ જ સરસ મોટું પ્રાણી સંગ્રહાલય હતું.

જિરાફ, પાંડા, ઝીબ્રા બધુ જોવા મળે. એ ચારે જણા સૌથી પહેલાં જીરાફ, હિપોપૉટેમસ, ઝીબ્રા, હરણને બધું જોઈને વાંદરાના પાંજરા પાસે આવ્યા. કૂદાકૂદ કરતાં વાંદરામાં લોકસમુદાયને એકત્રિત થયેલો જોયો. એક વાંદરો વાંદરીને વહાલથી વળગી પપ્પી કરવા લાગ્યો. માહી આંખના ઈશારે રવિશને બતાવ્યું, 'કે જો હું કહું છું ને માણસોની જેમ પ્રાણીઓ પણ પ્રેઝન્ટેબલ હોય છે.' રવિશ હસી પડ્યો. ઘણા બધા પ્રાણીઓ જોતા જોતા એ લોકો સિંહના પાંજરા પાસે આવ્યા. સિંહણ બેઠી હતી એક તરફ મોં ફુલાવીને અને બીજી બાજુ સિંહ બેઠો હતો. બે વચ્ચે અબોલા હોય એવું લાગતું હતું. માહીએ રવિશના કાનમાં કીધું આ તો આપણી બાજુમાં રહેલા રમેશકાકા અને મીના કાકી જેવું લાગે. રવિશ તરત બોલ્યો, 'લે આ કાગળનો ડૂચો અને સિંહણના કાન ઉપર નાખ.' માહી એનું માનીને એવું કર્યું કે તરત જ ખૂણામાં ઊંધી બાજુ બેઠેલા સિંહે ત્રાડ પાડીને પોતાની રાણીની રક્ષામાં આવી ગયો. રવિશ તરત બોલ્યો, 'અબોલા હોય કે એની સ્ત્રી આઘી પાછી હોય પણ

પ્રાણીની જેમ દરેક રાજાનું ધ્યાન પણ એની રાણી ઉપર હોય જ છે. એને સહેજ પણ ખરોચ આવે ને તો એ એની રક્ષા માટે આવી જતો હોય છે. એ લાગણીની અનુભૂતિ એજ પ્રેમ છે.' બહાર નીકળતા વળી પાછા વાંદરાઓ દેખાઈ ગયા. રવિશની સૂચનાનું માહીએ પાલન કર્યું અને કાગળનો ડૂચો વાંદરી ઉપર નાખ્યો. તો સામે રહેલો વાંદરો જોરથી તાળી પાડવા લાગ્યો.

રવિશ તરત બોલ્યો, 'જોયો ને પહેલાં તો કેવો દેખાડો કરતો હતો અને હવે જ્યારે એની વાંદરીને હેરાન કરી તો એ ખસી ગયો. તને લાગે છે કે આવો દેખાડો થતો હોય એ પ્રેમ સાચો હોય?' બસ ત્યારથી માહીના મનમાં પરિવર્તનનો પવન ફૂંકાઈ ગયો અને સાચા પ્રેમની, અને એની રજૂઆતની સમજ આવી ગઈ. ચળકતું હોય એટલું સોનુંના હોય જે દેખાય એ કરતાંય અનુભવાય એ પ્રેમ! એ માહીને સમજાયું.

13. સમજણ

ડીંગ... ડોંગ... ડીંગ.. ડોંગ બારણે વાગેલી આ ઘંટડીથી નર્મદાબેનના કાન સરવા થયા. બેલ વાગવાનું ફરીથી થયેલા પુનરાવર્તનથી ચીડ સાથે એ બારણે આવ્યા અને ધડામ કરતું બારણું ખોલ્યું. છ ફૂટ ચાર ઇંચની ઊંચાઈ ધરાવતા પાતળા અને ઊંચા પોતાના પુત્ર પરિચયને જોઈ એમની એક આંખમાં ખુશી અને બીજા આંખોમાં જરા અણગમાના ભાવ ઊપસી આવ્યા. પરિચય પામી ન શક્યો કે મા કેવા મૂડમાં છે. માત્ર સ્મિત આપી હાથમાં રહેલી લેપટોપ બેગને લઈ સાચવીને ઘરમાં પ્રવેશતો પરિચયની નજર સોફા પર બેઠેલા ગુણવંતભાઈ ઉપર પડી જે એક પુસ્તક વાંચી રહ્યા હતા. ડાઇનિંગ ટેબલ પર લેપટોપ મૂકી બુટ ઉતારી એ ઝડપથી રસોડામાં પ્રવેશ્યો અને પાણીનો એક ગ્લાસ ભરતા એની નજર બાસ્કેટમાં રહેલી મેથીની ભાજીની આખેઆખી ઝૂડી ઉપર પડી. લીલીછમ ભાજી જાણે એની સામે સ્મિત કરી ઘણું બધું કહી દેતી હોય એમ બાસ્કેટમાંથી લટકતી દેખાઈ. મનમાં ઉછળતા ઉશ્કેરાટને મહામુસીબતે દબાવી રાખ્યો હોય એમ નર્મદાબેનનું મુખ તમતમી રહ્યું હતું.

પાણી પીતાં પરિચય પળવારમાં બધું જ સમજી ગયો અને ઝડપથી દાદર ચઢતો એ પોતાના બેડરૂમમાં આવ્યો. બેડની અંદર ટુટીયુ વાળીને પ્રાપ્તિ સુતી હતી. ગ્લાનિથી ભરેલું મુખ અને સુકાઈ ગયેલા આંસુથી ખરડાયેલા ગાલ જોઈ પરિચયને પણ ખૂબ દુઃખ થયું. તેણે પ્રેમથી પ્રાપ્તિના માથે હાથ મૂક્યો. પોતાના પતિના

મુલાયમ સ્પર્શ પ્રાપ્તિ ઝબકીને જાગી ગઈ. પરિચયે કશું જ ના પૂછ્યું પણ પ્રાપ્તિના આંસુનો બંધ છૂટી ગયો. ડૂસકા ભરતી એ રડતી પરિચયને ગળે વીંટળાઇ વળી. પુઠ પસવારતો પરિચય એને આશ્વાસન આપતો રહ્યો, 'શું થયું કહે મને.'

પ્રાપ્તિ કશું જ ના બોલી પણ એટલું જ કીધું કે આજે ઓફિસમાં બહુ જ કામ હતું. ખૂબ થાકી ગઈ હતી પાછા આવતા ગાડી બગડી અને જેમ-તેમ ગૅરેજ સુધી લાવી. એક કલાક સુધી મિકેનિક પાસે ઊભા રહીને ગાડી તૈયાર કરાવડાવી અને પાંચ વાગ્યે ઘેર આવી. આવતા વેંત તો મમ્મી મને મેથીના ભાજીના રોટલા કરવા માટેનું કહ્યું અને ઝૂડી મને સોંપી દીધી. મને કેમ મોડું થયું? કે મારી પરિસ્થિતિ શું? છે એ સમજવાની કે સાંભળવાની એમણે દરકાર સુદ્ધાં ન લીધી અને મને ઓર્ડર કર્યો કે, 'તું આ ભાજી ચૂંટી અને સમારીને તૈયાર કર અને બધા માટે તેના રોટલા કઢી ખીચડી બધું બનાવો.' મારામાં તાકાત નહોતી એટલે હું કશું જ બોલી નહીં અને મેથીની ભાજી મેં ડસ્ટબિનમાં નાખી દીધી. ચૂપચાપ આવીને સૂઈ ગઈ અને ત્યારબાદ મમ્મીએ મને ન કહેવાના વેણ કીધા. મેં બારણું બંધ જ રાખ્યું ને હું કશું જ ના બોલી. ત્યારબાદ પપ્પા અને મમ્મી વચ્ચે પણ થોડી બોલ ચાલ થઈ. એટલી વારમાં એના બારણે ટકોરા પડ્યા. પરિચયે બારણું ખોલ્યું તો સામે ગુણવંતભાઈ ઊભા હતા. એમણે એમની પુત્રવધૂને કહ્યું, 'બેટા તું રડીશ નહી, આજે હું એનો ફેંસલો લાવી દઈશ.'

પરિચય અને પ્રાપ્તિ બંને પટેલ પરિવારના સંતાનો હતા. બોસ્ટનમાં ભણતા કોલેજ કેમ્પસથી શરૂ કરી હૉસ્ટેલ, એરપોર્ટ,

ફ્લાવર શોપ, મોલ આવી બધી જગ્યાએ વારંવાર મળી જતા. ઈશ્વરે તેમની મુલાકાત ગોઠવી છે એવો સંયોગ બંનેના મનમાં સાથે આવેલો. જો એવું ન હોય તો એકની એક વ્યક્તિ સાથે વારંવાર કેમ મુલાકાત થાય અને પછી જ્યારે જાણ્યું કે બંને પટેલ પરિવારના છે ત્યારે વાતચીતનો દોર લંબાતો ચાલ્યો. પરસ્પરની કંપનીમાં એ લોકો ખુશ રહેવા લાગ્યા અને જીવનસાથી બનવાના નિર્ણયને બંનેના પરિવારે સહર્ષ વધાવી લીધો. પ્રાપ્તિ ઇન્ટરનેશનલ સી.એ કરીને એના કાકા-કાકી સાથે રહેતી અને એના મમ્મી-પપ્પા અમદાવાદની અંદર વિસ્તરેલા ધંધાને સંભાળતા, સરસ મજાનાં ઘરની અંદર આનંદથી એક નાના ભાઈ પૂજન સાથે રહેતા. પ્રાપ્તિના પપ્પાનો એગ્રીકલ્ચરનો સામાન વેચવાનો બહુ વિસ્તરેલો ધંધો હતો. ઉપરાંત કડવા પટેલ હોઈ ખેતીવાડી તો ખરી જ.

જ્યારે નડિયાદ નજીકના ગામડા પીજની અંદર વસવાટ કરતું ગુણવંતભાઈ અને નર્મદાબેનનું નાનકડું કુટુંબ. નર્મદાબેન એમના સાસુ તળે જોહુકમી ભર્યા વાતાવરણમાં આખી જિંદગી રહ્યા હતા. ગુણવંતભાઈની ખાસ કોઈ કમાણી નહીં એટલે ખેતીવાડી ઉપરજ આ કુટુંબ નભતું. એમાંય ગુણવંતભાઈના બા ખૂબ જ કડક હતા. આવું જ સાસુપણુ નિભાવવાના સપના નર્મદાબેન વર્ષોથી જોતા આવતા હતા. પરિચય બી.ઈ. થયા પછી માસ્ટર્સ કરવા માટે બોસ્ટન આવ્યો હતો. અને પોતાની જ્ઞાતિના સપોર્ટથી સરસ શૈક્ષણિક કારકિર્દી બનાવીને એ આગળ વધી એક સારી કંપનીમાં જોબ પણ કરતો. પરિચય કરતા પ્રાપ્તિ વધારે સુખી અને સંપન્ન

કુટુંબની હતી પણ છોકરી ગમે તેવા પાત્ર સાથે પરણે એના કરતાં તો ભણેલો ગણેલો કમાતો કાયમ બોસ્ટનમા રહેવાની ઈચ્છા રાખવા વાળો પટેલ છોકરો તો છે, એવું માનીને પ્રાપ્તિના મા-બાપે પરિચય સાથે સરસ રીતે લગ્ન કરાવ્યા હતા. પ્રાપ્તિ શોખથી નોકરી કરતી. એના પિતાજી અને એના કાકા એમ બે ભાઈઓ વચ્ચે પ્રાપ્તિ એક જ દીકરી હતી. એટલે કાકી પણ એને મા જેટલો જ પ્રેમ આપતા. બંને જણાએ મહેનત કરીને સરસ મજાનું ઘર લીધું અને વસાવ્યું હતું. ને લગ્ન બાદ તો મોટાભાગની વસ્તુ તો કરિયાવરમાં પ્રાપ્તિ જોડે લઈને આવી હતી. પરિચય બધું જ સમજતો ગુણવંતભાઈ સમજતા.

લગ્ન બાદ એકાદ વર્ષ પછી પરિચયે પ્રાપ્તિને કહ્યું કે મારા મા બાપ તો પીજની બહાર નથી નીકળ્યા મારી ઈચ્છા છે હું એમને અહીં બોલાવું. થોડાક જ દિવસમાં નર્મદાબેન અને ગુણવંતભાઈ પરિચયના ઘેર હતા. પરિચય ખભે ખભા મિલાવીને પ્રાપ્તિની સાથે ઘરમાં પણ કામ કરે, ઘરને ચોખૂ રાખવામાં મદદ કરે, લૉન્ડ્રી કરે, શાક પાંદડું સમારે. વગેરે કામો કરે એ નર્મદાબેન ગમતું નહીં. એને ઘણીવાર કહેતા કે, 'બૈરા જેવો શું બન્યો છે તું વહુ ઘેલો છે. બૈરાના કામ બૈરા કરે. તારે તો બહાર જઈ કમાવાનું હોય.' ત્યારે પરિચય કહેતો, 'મા આ ઇન્ડિયા નથી અહીંયાં બંને જણાએ કામ કરવું પડે જો એ આર્થિક જવાબદારી સંભાળતી હોય તો ઘરમાં મારે એને મદદ કરાવવી જ પડે નહિતર અહીંયાં જીવી ના શકાય!' નર્મદાબેન કહેતા, 'ભારતમાં સ્ત્રીઓ કામ કરે જ છે અને ઘરનું એ કરે છે એમાં નવાઈ શું કરે છે. અહીંયાં તો યંત્રો છે ભારતમાં તો

યંત્રો ઓછા છતાંય સ્ત્રીઓ કરે છે.' નર્મદાબહેનની અપેક્ષા એજ જૂની પુરાણી ઘરેડમાં જીવતી રૂઢિવાદી સાસુની માનસિકતા સાથે સંકળાયેલી હતી, જેમાં એ બેઠા બેઠા સાસુ પણુ નિભાવે અને વહુ ચૂપચાપ એમના આદેશોનું પાલન કરે.

પ્રાપ્તિને પરિચયે કહ્યું કે, 'તું એક કપ કોફી પી અને હોટ કોફી જાતે બેડરૂમમાં બનાવી તેને પ્રેમથી પીવડાવી.' નીચે આવી મમ્મી અને પપ્પા સાથે ડાઇનિંગ ટેબલ પર ગરમ કોફી સર્વ કરી અને કહ્યું, 'મા, તું બેસ અહીં.' પોતાના ભૂતકાળની, વર્તમાન પરિસ્થિતિની, પોતાની કમાણીની અને પ્રાપ્તિના પરિવારની વાત દિલ ખોલીને એણે નર્મદાબેનને કહી અને એ પણ કહ્યું, 'મા આ પરદેશ છે. અહીંયાં સ્ત્રી પુરુષનો ભેદ નહીં ચાલે. જો તારે મારું જીવન પ્રાપ્તિ સાથે સારું બનાવવું હોય અને તમારું ઘડપણ ન બગાડવું હોય તો અહીંની જીવન પ્રણાલીને સ્વીકારતા શીખો. પરિવર્તન એ સંસારનો નિયમ છે.' અત્યાર સુધી મૌન રહેલા ગુણવંતભાઈએ પરિચયના સૂરમાં સૂર પુરાવ્યો અને કહ્યું કે 'મારી એવી કમાણી નહોતી કે હું મારી મા સામે બોલી શકું. મારે ફરજિયાત એના તાબામાં જ રહેવું પડે એવું હતું. પણ પરિચયને પ્રાપ્તિનો કિસ્સો જુદો છે બંને ભણેલા છે આપણું જીવન જે ગયું એ ગયું પણ હવે જો આપણું ઘડપણ એમની સાથે રહીને સુખી અને શાંતિમય રીતે પસાર કરવું હોય અને સાચા અર્થમાં દીકરાને વહુનો પ્રેમ પામવો હોય તો નર્મદા તારે પરિવર્તનને સ્વીકારવું જ રહ્યું. મારી મા જે રીતે વર્તતી એજ રીતે તું અત્યારની તારી વહુ

પ્રાપ્તિ સાથે વર્તવા જઈશ, તો કોઈ કાળે મેળ પડશે નહીં! અને આપણે આપણાં દીકરો અને વહુ બંનેને ખોઈ બેસીશું.'

પરિચય આંખમાં આંસુ સાથે એની માના પગમાં બેસી ગયો, 'મા તારું મૂલ્ય મારા માટે અમૂલ્ય છે. તે જે મહેનત કરી છે, જે દુઃખ વેઠયું છે, દાદીનો ત્રાસ જે સહન કર્યો છે બધું હું જાણું છું. પણ હવે હું તને સુખ આપવા માગું છું. મારી સુખ સાહેબીમાં તને પણ હિસ્સેદાર બનાવવા માગું છું. આજે હું જે પણ કંઈ છું એ તારા લીધે છું, માટે મને પણ તક આપ કે હું પણ તારી સેવા કરી શકું પણ હા હું અને પ્રાપ્તિ બંને જણા આજના આ માહોલમાં ટકવા માટે મથીએ છીએ, એને તું સપોર્ટ કર. તારી પરિસ્થિતિ અને પ્રાપ્તિની પરિસ્થિતિમાં આભ જમીનનું અંતર છે સમય બદલાયો છે એનો તું સ્વીકાર કર. તું વિચારી જો જે અને પછી નિર્ણય કરજે તારે અહીંયાં અમારી સાથે રહેવું હોય તો અમને ખૂબ ગમશે અને અમે ઇચ્છીએ છીએ કે તું અમારી સાથે સંપીને ખુશી અને આનંદથી જીવે પણ જો તારું વર્તન આવું ને આવું રહ્યું તો....' પરિચય કશું જ બોલ્યો નહીં અને ઊભો થઈને એના રૂમમાં જતો રહ્યો.

ઘરમાં રાંધ્યાધાન પડી રહ્યા. ગુણવંતભાઈએ પણ નર્મદાબેનને બહુ જ સમજાવ્યાં. આખી રાતના મનોમંથન પછી સવારે સૌ ઉઠ્યા ત્યારે નર્મદાબેન ચા અને નાસ્તો, કોફી અને બંને છોકરાઓ માટે ટિફિન ભરીને ટેબલ પર તૈયાર રાખ્યો હતો. પરિચય અને પ્રાપ્તિ આવ્યા. જોઈને પરિચય માને વળગી પડ્યો. પ્રાપ્તિએ પણ કાલની વર્તણુંક માટે માફી માગી. નર્મદાબેન

બોલ્યા, 'બેટા હું તો બહુ ભણી નથી, તમારા જેટલું જ્ઞાન મારામાં નથી પણ હું મારા પરિચયને ખોવા માગતી નથી. અને પ્રાપ્તિ તું મારા પરિચય માટે અત્યારે કેન્દ્રબિંદુ છે એટલે એની ખુશીમાં મારી ખુશી એવું માની મેં એની વાતને સ્વીકારી છે ભારતીય વિચારસરણી પ્રમાણે હું વર્ષોથી જીવતી આવી છું. જે સંસ્કાર મેં પરિચયમાં સીચ્યા હતા એ સાર્થક થતા મેં અનુભવ્યા. જે દીકરો માનો થાય એ બૈરીનો અવશ્ય થાય.' ગુણવંતભાઈ નર્મદાબેનમાં આવેલા પરિવર્તનને આનંદપૂર્વક નિહાળતા રહ્યા, 'ચલો ચલો છોકરાઓ મોડા પડશો તમે.' એમ પ્રેમથી ટકોરતા નર્મદાબેન છેક બારણા સુધી વળાવવા ગયા અને પૂછ્યું કે 'સાંજે શું જમશો. આજે હું છું, મારા હાથપગ ચાલે છે, ત્યાં સુધી હું સંભાળી લઈશ! હું તો ગામડામાંય કામ કરતી હવે અહીંયાં તમારા ઘરે યંત્રો સાથે જીવીશ. એકલા અટુલા નિસાસા નાખી એકલા રહેવું એના કરતાં થોડું ગોઠવાઈને પરિવાર સાથે પુત્ર અને પુત્રવધૂ સાથે કેમ ન જીવવું...' ગુણવંતભાઈએ મોડે મોડે પણ અભણ નર્મદાબહેનમાં આવેલી આ સમજણને સહર્ષ સ્વીકારી આનંદથી એની સામે જોઈ રહ્યા.

14. બેસણું

અઠવાડિયાનો છેલ્લો દિવસ એટલે રવિવાર! અને આરામ ફરમાવી પ્રિતેશભાઈ પોતાની ગાડીની સફાઈ કરી રહ્યા હતા. આમ તો રોજ ગાડી સાફ કરવા વાળો માણસ આવતો પણ પોતાની કમાણીમાંથી લીધેલી ગાડી પ્રિતેશભાઈ માટે અતિ પ્રિય હતી. શુકનવંતી તેમજ તેને નસીબવંતી માનતા. કારણ કે એ ગાડીના આવ્યા પછી એમનો ધંધો ખૂબ વધ્યો અને વિકસ્યો હતો. હાર્ડવેરની દુકાન મહાલક્ષ્મી વિસ્તારમાં હતી. દુકાનથી ચાર-પાંચ બંગલા છોડીને સોસાયટી અને એની અંદર બે માળનું સરસ મકાન, જે વર્ષોથી બાપદાદાનું હતું. વારસાઈમાં એ પ્રાપ્ય હતું. પ્રિતેશભાઈએ વારસાઈ મિલકતને ઉમદા રીતે જાળવી અને સાચવી હતી. આગળની તરફ ખુલ્લી જમીન અને એને ફરતે કોટ. જમીનમાં વચ્ચેના ભાગમાં ગાડી મુકવાનો પોર્ચ. એની પડખે બેય તરફ આખો લાંબો પટ્ટો, લોનનો રહેતો. એમાં એમના પત્ની પ્રતિમાબેનની ઇચ્છાથી વિવિધ ફૂલ અને ક્રોટન્સના લગભગ પંદર-સોળ કુંડાઓ ગોઠવેલા હતા. બંને બાજુ લોન અને કુંડાઓની હારથી એ ઘર સુંદર લાગતું. પ્રિતેશભાઈ અનાવિલ બ્રાહ્મણ અને પ્રતિમાબેન પણ એજ જ્ઞાતિના. બંનેના એરેન્જ મેરે, જ્યારે લગ્ન થયાં ત્યારે પ્રતિમા પ્રાઈમરી સ્કૂલમાં ટીચર હતા. લગ્નના બે વર્ષ બાદ પ્રેમ અને ત્યારબાદ પ્રતીક્ષાના જન્મ પછી એમને સંતાનોના ઉછેર માટે શાળાની નોકરી છોડી દીધી અને ઘરે જ માતા કમ શિક્ષક બની બંને સંતાનોનો ઉછેર કર્યો.

આજે બંને બાળકો ભણીને ખૂબ સરસ રીતે આગળ વધ્યા હતા. પ્રેમ બી.એસ.સીના છેલ્લા વર્ષમાં હતો અને પ્રતીક્ષા 12મા ધોરણની અંદર અભ્યાસ કરતી હતી. પ્રેમ બી.એસસી. કર્યા પછી પ્રિતેશભાઈ જોડે દુકાન સંભાળવાનો હતો, એવી ગોઠવણ અગાઉથી કરી હતી એટલે જ કોલેજના પહેલાં વર્ષથી જ એ કોલેજ બાદ પપ્પાના કહેવાથી દુકાને પહોંચી જતો. અને આખો દિવસ ત્યાં બેસી ધંધાની આંટી ઘૂંટી શીખવાનો પ્રયત્ન કરતો. પ્રિતેશભાઈ થોડાક જકકી, જિદ્દી સ્વભાવના હતા. ધાર્યું કરવા વાળા હતા. ઉપરાંત ઘરમાં એમનું ચલણ હતું. કોઈ એમને પૂછ્યા વગર પાણી પણ પી શકતું નહીં એવી કડપ ઘરમાં એમની હતી. ધાર્યું ન થાય તો બૂમ બરાડા કરી મુકતા. એટલે જેટલો સમય ઘરમાં હોય એટલો સમય ઘરના તમામ સભ્યો એમની ઇચ્છાને માન આપી એ મુજબ વર્તવાનો ચુસ્ત પ્રયાસ કરતા.

પ્રિતેશભાઈ આમ તો પરિવાર પ્રેમી હતા. પરિવારને જાળવતાં સાચવતા. નાની નાની વાતમાં તેમની ટક ટકને પરિણામે ઘણીવાર વાતાવરણ તંગ થઈ જતું અને સૌથી વધારે સહેવાનું પ્રતિમાબેનના ભાગે આવતું. છોકરાઓ મોટા થઈ સમજદાર બનતા, મમ્મીને ટકોરતા, 'આમ આખો દિવસ શું કરવા પપ્પાની દબાયેલી રહે છે. તારા વિચારો પણ વ્યક્ત કર. તું કશું બોલતી નથી ને એટલે જ પપ્પા તને વારેવારે ટોક્યા કરે છે અને ઘણીવાર ન કહેવાનું કહી દે છે, તેથી તારું દિલ દુભાય છે. તું પણ જો ખોટું હોય તો તરત તારો બચાવ કર, જણાવ. તને નથી ગમતું એની રજૂઆત કર.' પ્રતિમાબેન ચુપ રહેતા. પણ હવે એમને પણ

લાગવા માંડ્યું હતું કે જો એ વધું વખત મૌન રહેશે અથવા પ્રતિભાવ નહીં આપે તો એની અસર પોતાના શરીર અને મન ઉપર પડશે. હવે તક મળે તો જવાબ આપી જ દેવો એવું નક્કી કર્યું હતું.

ઉતરાયણને ત્રણ-ચાર દિવસની વાર હતી એટલે પ્રિતેશભાઈએ નક્કી કર્યું કે, પરિવાર સાથે પતંગ દોરીની ખરીદી કરવા જશે. છેલ્લી ઘડીએ પ્રતીક્ષાએ આવવાની ના પાડી કે ના મને તો પતંગ બજારમાં ત્રાસ થાય છે. આટલી બધી ભીડ જોઈને ગૂંગળામણ થવા લાગે. પ્રેમ હવે મોટો થઈ ગયો હતો એના મિત્રો સાથે રાત્રે પતંગ બજાર જવાનું હતું. એણે એ લોકો સાથે જવાનું ટાળી દીધું. પ્રિતેશભાઈ સવારે મોડા ઊઠી પરવારી આરામ કરી બપોરે જમ્યા બાદ, વામકુક્ષિ કરી લીધી અને પછી બપોરે ઊઠીને પોતાની ગાડીને ચકચકિત કરવામાં લાગી ગયા હતા. અડધો કલાક પહેલાં બહારથીજ પત્નીને કહ્યું કે 'ઝડપથી તૈયાર થઈને બહાર આવી જા.. આપણે પતંગ અને દોરી ખરીદવા જઈશું. મિત્રો સાથે પતંગ ઉડાડવાની મજા કંઈક જુદી હોય છે અને ત્યાં ખાલી હાથે ન જવાય.' વાતો કરતા કરતા આખી ગાડીની સફાઈ સરસ કરી નાખી. એટલામાં શ્વેતવસ્ત્રો પહેરી પ્રતિમાબેન બહાર આવ્યા. એમને જોઈને તરત જ પ્રિતેશભાઈ બોલ્યા, 'કેમ કોઈના બેસણામાં જવાનું છે? તું સફેદ કપડાં પહેરીને આવી છે, તને ખબર નથી પડતી! પતંગ ખરીદવા આવા કપડે ના જવાય.' કાયમ મૌન બની નિરુત્તર રહેતા પ્રતિમાબેન સામે ટૉન્ટ મારતો જવાબ આપ્યો, 'હાસ્તો આજે બેસણું જ છે ને.' પ્રિતેશભાઈ નવાઈ પામી એની સામે

અચંબિત અવસ્થામાં જોઈ રહ્યા, 'કોણ મરી ગયું? મને તો ખબર જ નથી, તે મને કહ્યું જ નહીં...' ઉદાસ અને ખિન્ન મને પ્રતિમાબેન રડમસ બની એમની સમક્ષ જોઈ રહ્યા. પ્રિતેશભાઈ નવાઈ પામીને કહેવા લાગ્યા, 'બોલ તો ખરી, કોનું બેસણું છે? કોણ મરી ગયું?' પ્રતિમાબેન બોલ્યા, 'તમારું શર્ટ મરી ગયું એનું બેસણું. કાલે મારાથી તમારા સફેદ શર્ટને ભૂલમાં તમારી જ પેન્ટના વાદળી ડાઘા પડી ગયા અને તમે આખા ઘરને ગાંડુ કરી મૂક્યું છે કાલ સાંજથી. તમારું એક ગમતું શર્ટ હતું એ મરી ગયું, હવે પહેરવા લાયક નથી રહ્યું! એનો શોક છે એટલે સફેદ કપડાં પહેર્યા છે. એના કકરાટમાં તમે કેટલો સારો સમય બરબાદ કરી નાખ્યો. સમય અને જીવ જાય પછી કદી પાછો નથી આવતો. વસ્તુ તો શું નાશવંત છે ડાઘા પડ્યા તો આમેય થોડાક સમય પછી તો એ ફાટી જવાનું કે બગડી જવાનું હતું પણ એ બાબતમાં નાની વાતને મોટું સ્વરુપ આપી, તમે જે આખો વખત કચકચ કરો છો ને એમાં આપણા જીવનનો સુવર્ણમય સમય પૂરો થતો જાય છે.'

'તું ક્યારેય મારી સામે બોલી નથી, પણ આજે તેં મારી આંખો ખોલી કાઢી. ધંધાના ટેન્શનમાં અને જવાબદારીઓમાં હું એ ભૂલી ગયો હતો કે તારું પણ મન છે તને પણ સાચવવી જોઈએ. તું કામ કર્યા કરે છે એનો અર્થ એવો નહીં કે તારું મન નથી. ચાલ હવે કબાટમાંથી મારો ગમતો રાણી ડ્રેસ પહેર અને આપણે લોંગ ડ્રાઈવ પર જઈશું, છોકરાઓ આવવાના નથી એટલે ગાડી નહીં બાઇક ઉપર જઈશું.' અને પ્રિતેશભાઈ એને ખભે હાથ મૂકી પ્રતિમાબેનને અંદર લઈ આવ્યા. 'સોરી હવેથી હું આ અંગે ધ્યાન રાખીશ અને મારા લીધે તું અને ઘરના સભ્યો દુઃખી નહીં થાઓ એ

રીતે વર્તવાનો પ્રયત્ન ચોક્કસ કરીશ.' પ્રતિમાબહેને પણ વાતનું વતેસર કરવાને બદલે પ્રેમથી એમને ગમતો રાણી ડ્રેસ પહેરી લીધો. બંને છોકરાઓ બીજા રૂમમાં મનમાં મુસ્કુરાતા મમ્મીની સામે સૂચક દ્રષ્ટિએ હાસ્ય વેરી જોતા રહ્યા. નટખટ પ્રતીક્ષાએ આંખ મારી હસતા હસતા મમ્મીને અંગૂઠો બતાવી કીધું એન્જોય. એમની દીકરી પ્રતીક્ષાએ જ કહેલાં શબ્દો પ્રતિમાબહેનના મનમાં ગણગણતા રહ્યા. જો મમ્મી આપણું અસ્તિત્વ ગુમાવી નહીં દેવાનું, આપણું સ્વત્વ અને સ્વાભિમાનના ભોગે કશુજ નહીં. પોતાનો અવાજ પણ છે, એવું પ્રતીત કરાવી પ્રતિમાબહેને પોતાની જીવંતતાનો પુરાવો આપ્યાનો સંતોષ અનુભવ્યો.

15. ઋણાનુબંધ

ટુ.બી.એચ.કેના ફ્લેટની અંદર રવિવારની ઢળતી બપોરે અસ્પી ટીશર્ટ અને શોર્ટ્સ પહેરી હોલમાં લાંબા પગ કરી સુતા સુતા પોતાનો પ્રિય ટીવી શો જોઈ રહી હતી. વચ્ચે વચ્ચે ઊઠી એ કોકાકોલા સાથે ક્રંચી વેફરની મજા માણતી રહેતી. આ બે એની પ્રિય વસ્તુઓ હતી. એની માતા રશ્મિબહેન રસોડામાં સમોસા તળી રહ્યાં હતાં. પાસે જ તૈયાર થયેલો ગાજરનો ગરમાગરમ હલવો હતો. ભરેલું શાક સાથે પૂરી તૈયાર હતી. પુલાવ માઇક્રોવેવમાં થઈ રહ્યો હતો. તેમણે પ્રેમથી અસ્પીને બૂમ પાડી ‘બેટા, હવે તું તૈયાર થવા માંડ, થોડીવારમાં મહેમાન આવતા હશે.' આખું અઠવાડિયું નોકરી અને એક રવિવાર મળ્યો એનો આનંદ લૂંટવામાં રહેલી અસ્પીને રશ્મિબેનના શબ્દો સમજાયા નહી! 'અરે યાર મમ્મી કોણ આવવાનું છે આજે? અને તું યાર આખો દાડો રસોડામાં; ને આટલું બધું ખાવાનું કોના માટે બનાવ્યું છે? બે સમોસા ભરેલી ડીશ સાથે રશ્મિબહેન અસ્પી પાસે પહોંચી ગયાં. એનો ગાલ થપ થપાવતા બોલ્યાં, 'આટલી મોટી થઈ પણ વર્તન જો, હજી નાના બાળક જેવું.'

ગરમ સમોસા જોતા અસ્પી આનંદિત બની ગઈ. 'વાહ આખી દુનિયામાં તારા જેવા સમોસા કોઈ ના બનાવી શકે. માય ફેવરીટ ડીશ, માય સ્વીટ મોમ.' એક ઝાટકે સમોસાની પ્લેટ હાથમાંથી ખેંચી અસ્પી રીતસર સમોસા ઉપર તૂટી પડી. પ્રત્યેક કોળીએ પ્રશંસાપૂર્ણ શબ્દોથી રશ્મિબહેનને વખાણતી રહી. છુપો

નિશ્વાસ નાંખી આંખમાં ઉદાસીપૂર્ણ ભાવ દર્શાવી રશ્મિબહેન ઉઠ્યા અને પ્રેમથી કહ્યું, 'ઝડપથી તું તૈયાર થઈ જા, હું પણ તૈયાર થવા જાઉં છું.' તૃપ્તિનો ઓડકાર ખાતી અસ્પી તૈયાર થવા પોતાના રૂમમાં ઘુસી, પણ અત્યારે એને ઈરવીનની કંપનીની ઝંખના હતી. આજે ફરવા જવાનો પ્રોગ્રામ બનાવ્યો હતો. પણ બે દિવસ અગાઉ રશ્મિબહેને જાણ કરી હતી કે રવિવારે, એ કોઈ જ પ્રોગ્રામ ના રાખે ખૂબ અગત્યના મહેમાન ઘરે આવવાના છે. અસ્પીની હાજરી અનિવાર્ય રહેશે. મનગમતું ગીત ગણગણતી અસ્પી શાવર લેવા બાથરૂમમાં ગઈ. રશ્મિબહેન પોતાના રૂમમાં તૈયાર થવા લાગ્યા. લેમનયલો કલરના લખનવી પંજાબીડ્રેસમાં એ સોહામણા લાગતા હતા. બરાબર 5:30 ના ટકોરે બેલ રણકી.

તરતજ રશ્મિ બહેને બારણું ખોલ્યું. એજ સૌમ્ય અને શાલીન વ્યક્તિત્વ, બદામી આંખો ધરાવતી સાગના સોટા જેવી આકર્ષક સ્પાર્ક ઊભી હતી. 50ની ઉંમર પાર કરી હોવા છતાં પણ સ્પાર્કમાં સ્પાર્ક હતો. એની બાજુમાં ડેશિંગ અને હેન્ડસમ એવો એનો પતિ રોબિન ઉભેલો હતો, જે ચુસ્ત અને તંદુરસ્ત હતો. સ્મિત સાથે રશ્મિબહેને બંનેને આવકાર આપ્યો. 'આવો' સ્પાર્કની આતુર આંખો અસ્પીને જોવા તરસતી હતી. રોબિને હળવેથી સ્પાર્કના ખભા ઉપર હાથ મૂકી શાંત રહેવા કહ્યું. પાણી આપ્યા બાદ રશ્મિબહેન એ અસ્પીને બૂમ મારી 'બેટા, બહાર આવ! જો કોણ આવ્યું છે.'

સ્માર્ટ ટોપ અને ટાઈટ જીન્સમાં અસ્પી ખૂબ સુંદર લાગતી હતી. બારણું ખોલી એ બહાર આવી અને સ્પાર્કને જોતાજ ડઘાઈ ગઈ. જાણે એની પ્રતિકૃતિ સામે ઊભી હોય એવું એણે અનુભવ્યું.

સ્પાર્ક બે હાથ પહોળા કરી અસ્પીને મળવા અને ભેટવા બેબાકળી બની ગઈ, એનું હૃદય જોરથી ધડકવા લાગ્યું. અસ્પી આશ્ચર્ય મિશ્રિત અવાજે રશ્મિબહેન સામે જોઈ પૂછવા લાગી, 'આ કોણ છે?' દિવસોની જેહમતથી મનમાં તૈયાર કરેલી આખી વાત અને મનમાં ગોઠવેલ વિચારોને વ્યક્ત કરવાનો સમય હવે આવી ગયો હતો, એવું રશ્મિબહેને અનુભવ્યું. અસ્પીની પુઠ પસવારતાં એમણે હાથ પકડીને કહ્યું, 'બેટા આ સ્પાર્ક છે. તારી જન્મદાત્રી. મેં તો માત્ર તને ત્રણ મહિનાની લઈ આવીને ઉછેર કર્યો છે. આણે તને જન્મ આપ્યો છે.', 'આ શું બોલે છે તું! તું ગમે તેને મારી સામે લાવીને ઊભી કરી દે અને મારા હમશકલ જેવી વ્યક્તિને મારી માતા તરીકે સ્થાપિત કરે; તો શું મારે એને સ્વીકારી લેવાની? મેં તો આ વ્યક્તિને પહેલીવાર જોઈ. કયા મોઢે મારી મા થઈને આવે છે! મારા જેવી દેખાય છે, એટલે શું મારે એને મા તરીકે માની લેવાની.'

અસ્પી આવું જ વર્તન કરશે એવું ત્રણે જણા જાણતા હતા. અને એ માટે એ તૈયાર થઈને આવ્યા હતા. અસ્પી દેખાવે બરોબર સ્પાર્ક જેવી હતી પણ નાક નકશો થોડો અલય જેવો હતો. ટૂંકમાં અલય અને સ્પાર્કનું એક ગુડ કોમ્બિનેશન હતી. રશ્મિએ બાજુના કબાટમાંથી એક ફાઇલ કાઢી અસ્પીના હાથમાં મૂકી દીધી. જેમાં અલય અને સ્પાર્કના ધર્મ પરિવર્તન બાદ કરેલા લગ્નનો ફોટો હતો, તેમજ અસ્પીના જન્મ સમયે કઢાવેલું જન્મના પ્રમાણપત્રમાં અલય અને સ્પાર્કનું નામ માતા-પિતા તરીકે હતું.

રશ્મિબહેને બહુ સાવચેતી પૂર્ણ ઢબે એક વાત કરી, 'બેટા, મારે તને એક વાત કહેવી હતી, જેના માટે હું તકની રાહ જોતી હતી. આજે એ તક આવી છે, એટલે હું તને સ્પષ્ટ શબ્દોમાં બધું સાચું કહીશ. આવેશમાં રહેલી અસ્પીએ કોકાકોલાની આખી બોટલ મોઢે મારી અને અલયની જેમ જ એ વેફર ખાવા લાગી. સ્પાર્કની આંખોમાં આંસુનું પૂરૂં ઉમટ્યું. આજે પહેલીવાર અલયના ઘરમાં અલયની ભૂતપૂર્વ પત્ની બનીને અલયની વર્તમાન પત્ની સમક્ષ એ ઊભી રહી હતી. અને એ પણ અલયની ગેરહાજરીમાં. તસવીર બનીને લટકતા અલયના ફોટા સામે એ અપલક નયને જોતી રહી. હસતો અલય જાણે કહી રહ્યો હોય કે મારૂં જીવવું સાર્થક અને મારૂં મૃત્યુ પણ સાર્થક.

આંખના ઈશારે રશ્મિએ સ્પાર્કને શાંતિ જાળવવા અનુરોધ કર્યો. વાતાવરણમાં બોમ્બ ફૂટ્યા જેવી ભયાનકતા હતી અને છતાંય સૌ પોત પોતાની રીતે પરિસ્થિતિને થાળે પાડવાનો સંગીન પ્રયાસ કરી રહ્યા હતા. વાતની શરૂઆત ધીરેથી રશ્મિ બહેને કરી. અમદાવાદની પોળમાં ઉછરેલી હું એકદમ સામાન્ય પરિવારની. મારા લગ્ન અલય નામના સુખી પરિવારના નબીરા સાથે થયા. એ વર્ષોથી મુંબઈમાં સેટલ થયા હતા. મલ્ટીનેશનલ કંપનીમાં જોબ કરતા.

'હું એકદમ સાદી અને સરળ હતી. એમને બોલ્ડ સ્માર્ટ અને બ્યુટીફૂલ છોકરીઓ પસંદ હતી. મથામણ છતાં હું એવી ન બની શકી! છતાં એમણે મારા લગ્ન જીવનના 10 વર્ષ દરમિયાન કદી

ઓછુ નથી આવવા દીધું. ઘણી દવાઓ કરવા છતાં લગ્નજીવનના આઠ આઠ વર્ષ જતા અમે નિસંતાન હતા. ખાવાના ખૂબ શોખીન એવા અલયને સ્ટ્રેસ, અને ટેન્શનમાં અનેક રોગો ધીમે ધીમે વળગવા લાગ્યા હતા. ડાયાબિટીસ, હાઈ બ્લડપ્રેશર અને હૃદયની બીમારી ધીમે પગલે જીવનમાં પ્રવેશી ચૂકી હતી. એમની ખાવાની, ટિફિન ભરવાની બાબતમાં હું બહુ જ સ્ટ્રીક હતી. એટલે એ ઓફિસમાં મારું બનાવેલું ખાવાનું બીજાને આપી દેતાં અને બટાકાવડા, સમોસા, વેફર અને કેક, કોકાકોલા એ બધું મારી જાણ બહાર ખાતા.' રશ્મિબેનના વાક્ય વાક્યમાં પીડા ટપકતી હતી. 'એવામાં એમની મુલાકાત સ્પાર્ક સાથે થઈ. એમનો મિત્રતાનો સંબંધ ધીમે રહીને પરિણયમાં પરિણમ્યો.' છેલ્લા વાક્ય સાથે એની આંખો ભીંજાઈ ગઈ.

હળવા અવાજે સ્પાર્ક બોલી, 'અલયે મને છેતરી નહોતી. એમણે પોતે પરણીત છે અને રશ્મિની તમામ વાત મારી સમક્ષ કરી હતી. તેઓ મારાથી આકર્ષાયા હતા. બાંદ્રામાં મારા નામે ફ્લેટ પણ લીધો હતો. હું સ્વેચ્છાએ ધર્મ પરિવર્તન કરી એમની સાથે લગ્નગ્રંથિથી બંધાઈ. એમના રોગો વિશે મને માહિતી નહોતી. લગ્ન પછી એ બંને પત્નીઓને યોગ્ય રીતે ન્યાય આપવાનો પ્રયાસ કરતા.' સ્પાર્ક એકધારું બોલતી જતી હતી અને અસ્પી વારંવાર બદલાતા જતા ભાવ સંવેદનો સાથે એ સાંભળી રહી હતી. સ્પાર્ક એ કહ્યું, 'લગ્નના 10 મહિના પછી જ્યારે એમને ખબર પડી કે હું પ્રેગનેન્ટ છું, ત્યારે ગાંડા બની ગયા હતા. અસ્પી તારી જેમ એ પણ કોકાકોલા, વેફર અને સમોસા પાછળ પાગલ હતા. ગાજરનો

હલવો અમને બંનેને બહુ જ ભાવતો.' અસ્પી બોલી, 'આ બધું તો મને પણ બહુ જ ભાવે છે.'

પાણી પીવા સૌએ વિરામ લીધો. 'આવનાર બાળકનું નામ એમણે નક્કી કરી રાખ્યું હતું. મને જોઈએ છે બોલ્ડ અને બ્યુટીફૂલ એવી સુંદર દીકરી જ ! એવી જ દીકરી આવશે. અસ્પી નામ અલયે પોતે નક્કી કરી નાખ્યું હતું.' સ્પાર્ક બોલી રહી હતી, 'તારો જન્મ થયો એમણે મન મૂકીને ખેરાત કરી. વર્ષોથી જે સુખ મેળવવા હું ઝંખતો હતો છેલ્લે મને ઈશ્વરે આપી દીધું એવું અલય વારંવાર બોલતાં. તું ત્રણ મહિનાની થઈ પછી એક દિવસ એમને થોડી તકલીફ હતી. મારી જાણ બહાર તેઓ એકલા જ જસલોક હોસ્પિટલમાં બધા રિપોર્ટ કરાવી આવ્યા. ડૉક્ટરે જણાવ્યું કે તમે હવે બહુ ઓછા દિવસના મહેમાન છો. તમે કાળજી કરી નથી. ગમે ત્યારે તમને સાઇલેન્ટ અટેક આવી શકે એમ છે. દવાઓ અને ગોળીઓ આપવામાં આવી પણ અલય જાણતા હતા કે હવે બહુ જીવી નહી શકે અને એટલે જ એક કાગળ એમણે મને સંબોધીને લખ્યો અને કબાટમાં મૂક્યો.'

રશ્મિએ એ વાતનો દોર સાંભળી લીધો અને કહ્યું, 'અલયના મૃત્યુના એક અઠવાડિયા અગાઉ એમણે મને પણ એક લાંબો કાગળ રિપોર્ટ સાથે પોસ્ટ કર્યો હતો.' કાગળ રશ્મિએ ફાઇલ કરીને રાખ્યો હતો, જે અસ્પીને બતાવ્યો. એમાં રશ્મિ સાથે કરેલા અન્યાયની વાત, સ્પાર્ક પ્રત્યે આકર્ષણની વાત, એની સાથે કરેલા લગ્નની વાત જણાવવી હતી. પોતે આ કૃત્ય બદલ માફી પણ માંગી હતી મારી. પોતે નહીં જીવી શકે એ પણ કહ્યું હતું. શરીરની

કથળેલી હાલત રિપોર્ટ રજૂ કરતા હતા. એટલે જો એ મૃત્યુ પામે તો એમની દીકરી અસ્પીને સ્પાર્ક પાસેથી બાંદ્રાના ઘરેથી લઈ આવી અને રશ્મિએ ઉછેરવી. 'એટલી સંપત્તિ હું મૂકીને જાઉં છું કે તને કે સ્પાર્કને કોઈ જ અગવડ પડશે નહીં. મને પૂરેપૂરો વિશ્વાસ છે કે રશ્મિ સ્પાર્કને બદલે દીકરીનો ઉછેર ઉત્તમ રીતે કરશે. રશ્મિનો બાળક માટેનો તરફડાટ મેં અનુભવ્યો છે. મારા ગયા બાદ મારો અંશ એને પ્રાપ્ત થશે તો હવે પછીનું જીવન એના માટે અસ્પીના આધારે જીવાઈ જશે. પાસ પડોશ અને સગાવાલામાં એવું જણાવવાનું રહેશે કે અલયના મિત્રની દીકરી અસ્પી છે. એના મિત્રની પત્ની ત્રણ મહિનાની દીકરીને મૂકીને મૃત્યુ પામી છે, એટલે મિત્ર ભાવે અમારા સુના આંગણને સજાવવા અમે લઈ લીધી છે. સ્પાર્ક યુવાન છે. મેં મૂકેલી સંપત્તિ અને ઘર એને જીવવા માટે પૂરતા થઈ રહેશે, એ મુક્ત હશે. અને એના મનગમતા પાત્ર સાથે પરણી એનું જીવન વધુ સારી રીતે જીવી શકશે. સુંદર રૂપાળી અને વિધવા યુવાન સ્ત્રી માટે મુંબઈ જેવા મહાનગરમાં એકલા રહેવું બહુ કપરું છે એ હું જાણું છું. એટલે જ મારા આ નિર્ણયને સૌ મારી અંતિમ ઇચ્છા ગણીને સ્વીકારશો! તો જ મારું મૃત્યુ ફળશે અને મારા આત્માની સદગતિ થશે.' રશ્મિબહેન બોલ્યા, 'આ કાગળ જ્યારે મને કુરિયર દ્વારા પ્રાપ્ત થયો એના ચાર દિવસ પહેલાં જ ઓફિસમાં બપોરે સીવીયર એટેક આવવાના કારણે અલયનું મૃત્યુ થયું હતું. અલયના મૃત્યુની જાણકારી થઈ ત્યારે સ્પાર્ક ખૂબ દુઃખી થઈ હતી. તેર દિવસ પછી જ્યારે હું સ્પાર્કને મળી. આ કાગળની વાત કરી. અમે બંને વિચારીને અલયની ઇચ્છાને માન આપવાનું

નક્કી કર્યું. હું તને લઈને બેટા આ ઘરમાં આવી. મેં તારો ઉછેર કર્યો. તારી રજેરજ માહિતી હું સ્પાર્કને આપતી રહી છું '

હવે વાતનો દોર રોબીને સંભાળ્યો, 'બેટા હું આર્મીમાં હતો એટલે હું સ્વસ્થ અને તંદુરસ્ત છું. મારી પ્રથમ પત્ની ડિલિવરીમાં મૃત્યુ પામી હતી. આર્મીમાંથી નિવૃત્ત થયા બાદ મેં સિક્યુરિટી એજન્સી ઊભી કરી છે અને એમાં હું ખૂબ સફળ છું, મારું બહુ મોટું કામ છે. અમે બે સમ દુખિયા નીકળ્યા. સ્પાર્ક અને હું મળ્યા. થોડાક સમયની મુલાકાતો બાદ અમે નક્કી કર્યું કે આપણે સાથે જીવી શકીશું એટલે લગ્નગ્રંથિથી જોડાયા. પોતાના ભૂતકાળની રજેરજ માહિતી સ્પાર્કે મને જણાવી દીધી હતી. વર્તમાન અને ભવિષ્ય સારું જાય એવી ખેવના અમારી બંનેની હતી. અમે બાળક માટે શરૂમાં પ્રયત્ન કર્યો પણ જેવી જીસસની ઇચ્છા! મેં કહ્યું પણ હતું કે અસ્પીને આપણા ઘરે લઈ આવીએ, ત્યારે અલયની વાત અને કાગળની વાત સ્પાર્કે મને કરી. એટલે રશ્મિબહેન તરફથી મળતા સમાચારથી અમે ખુશ રહેતા. લગભગ મહિના પહેલાં રશ્મિબહેનનો અમારી ઉપર ફોન આવ્યો હતો કે તું ઈરવીન નામના છોકરા સાથે લગ્નગ્રંથિથી જોડાવા ઇચ્છે છે. રશ્મિબહેન એને મળ્યા છે. છોકરો ભણેલો ગણેલો વેલસેટ અને સરસ લાગ્યો. પણ ક્રિશ્ચન છે એટલે વધારે ઊંડી તપાસ કરવાની જવાબદારી એમણે અમારા માથે નાખી. અમે પૂરતી તપાસ કરી અને છોકરો ખૂબ ઉત્તમ છે એ વાતની જાણ અમે એમને કરી એટલે જ આજે અમે ત્રણે જણાએ નક્કી કર્યું છે કે સાચી પરિસ્થિતિ અંગે અમારે તને જણાવી દેવું. એટલે આજે અમે આવ્યા છીએ.' રોબિને પોતાની વાત પૂરી કરી.

રશ્મિબહેનની આંખમાં વેદના છલકાયેલી હતી અને ભીની આંખ સાથે એ અલયના ફોટા સામે જોઈ રહ્યા હતા. સ્પાર્ક પોતાની દીકરી એને મા તરીકે સ્વીકારશે એવી લાગણી દર્શાવતા મુખ સાથે અસ્પી સામે તરસી નજરે જોઈ રહી હતી અને રોબિન નતમસ્તક બની ક્રોસ હાથમાં રમાડતા જીસસને પ્રે કરી રહ્યા હતા, કે હવે તું જે કરે એ શ્રેષ્ઠ કરજે. અસ્પી વારાફરતી ત્રણેય સમક્ષ નજર કરી તાળી પાડી અને બોલી કે, 'હું આભારી છું કે મને પ્રભુએ માગ્યું એના કરતાં સવિશેષ આપી દીધું. મને તો લગ્ન પહેલાં જ બે મા મળી ગઈ. અને પિતા તુલ્ય રોબિન અંકલ હવે હું તમને ડેડી જ કહીશ.' સ્પાર્ક બોલી, 'આ કેવો ઋણાનુબંધ છે કે અપરિચિત વ્યક્તિઓને ઈશ્વરે લોહીના સંબંધથી જોડીને અનાયાસે સંબંધનો સેતુ રચી દીધો અને જીવનમાં રહેલી ખોટને પૂરી કરી દીધી.' સ્પાર્ક અસ્પીને જોરથી વળગી પડી. વાગેલી ડોરબેલથી સૌની આંખો ચમકી.

બારણું ખોલતાં ઈરવીન એના માતા-પિતા સાથે ઉભેલો હતો. રશ્મિબહેનને આજે પતિને આપેલું મનોમન વચન સફળ થયાનું અનુભવાયું. રોબિન અને સ્પાર્કે કોલ કરીને ઈરવીન અને એના પરિવારને અસ્પીના ઘેર આવવાનું કહી જ દીધું હતું. સ્પાર્ક બોલી, 'મારે બંને જણાની બે લગ્ન વિધિ કરવાની રહેશે.' અને રશ્મિબહેન બોલ્યા, 'મારી દીકરીનું કન્યાદાન તમે કરશો. જીવનની તરસ જાણે પૂર્ણ થતી હોય એવી લાગણી એ ક્ષણે સૌએ અનુભવી. અનાયાસે એકત્રિત થયેલો પરિવારે સાથે મળી મનગમતી

વાનગીઓનો આનંદ મેળવ્યો. સાથે જીવનનો સાચો આનંદ ઈશ્વરે સર્જેલા ઋણાનુંબંધને સાર્થક કરવાનો અનુભવ્યો.

16. ફેરો સફળ

વસ્તીથી ભરેલા અમદાવાદ શહેરનો સાંજનો 5:30 નો સમય. ઓફિસો છૂટી રહી હતી અને લોકો ઝડપથી પોતાના ઘર તરફ આગળ વધવાની મથામણમાં રોડ ઉપર વાહનો ઝટપટ ભગાવી રહ્યાં હતાં. રામચંદ્રભાઈ અને રેવાબહેન હાથ પકડી ધીમે ડગલે એજ સમયે પરિમલ ગાર્ડનમાં પ્રવેશ્યા. આ યુગલ નિવૃત્ત થયા બાદ સાંજે પોતાનો સમય પસાર કરવા પરિમલ ગાર્ડનમાં આવતું. ગાર્ડનની નજીક જ એમનો ફલેટ હતો. રેવાબહેન, રામચંદ્ર ભાઈને ઉદ્દેશીને બોલ્યાં, 'અહીં બેસવું મને ઠીક રહેશે. તમે આ થેલિની અંદર જરૂરી શાકભાજી, આદું કુદીનો અને ચા માટે તમને જોઈએ છે, તેવી લીલી ચા લઈને આવજો.' આ પ્રક્રિયા હજી મહાપરાણે પૂર્ણ થઈ હશે કે ત્યાં વૉકિંગ ટ્રેક ઉપર ચાલતા લોકો તરફ રેવાબેહને એક નજર ફેરવી. બગીચો આખો ભરચક હતો અને વચ્ચેના ભાગમાં નાના ભૂલકાઓ વિવિધ રમતો રમી રહ્યા હતા.

કો'ક હિંચકા અને લપસણીની મોજ માણી રહ્યાં હતાં. રેવાબહેને હાથમાં માળા લીધી, પ્રભુ સ્મરણ કરતાં આસપાસની સૃષ્ટિમાંથી આનંદ મેળવવાનો પ્રયાસ કરતાં બેઠાં હતાં. આમ તો ઘણા સમયથી આવતા એટલે નિત્યક્રમ પ્રમાણે ચાલવા આવતા અનેક લોકો જાણે એમને પરિચિત હોય એવાં લાગતાં પણ આજે એક યુવતી એમની પાસેથી પસાર થઈ, એને ક્યારેય જોઈ નહોતી. બીજા રાઉન્ડ વખતે યુવતી અને એમની નજર ક્ષણિક

માટે એક થઈ. એ યુવતી ત્રીજા રાઉન્ડને શરૂ કરતી રેવાબહેનની પાસેથી પસાર થઈ, એજ વખતે રામચંદ્રભાઈ થેલી સાથે તેમની પત્નીની બાજુમાં આવીને બેસી ગયા. 70ની નજીક પહોંચ્યા હોવા છતાં પણ રામચંદ્રભાઈ તંદુરસ્ત અને સ્ફૂર્તિમય હતા. જ્યારે 65ની નજીક પહોંચેલા રેવાબહેન ઘૂંટણના દુઃખાવાથી પીડિત હતાં, તેમજ એમના મનમાં નિસંતાનપણાની ટીસ રહી રહીને ઉછળ્યા કરતી.

એમની ઉંમરનાં વ્યક્તિઓને સાથે એમના પૌત્ર-પૌત્રીઓને જોતાં ત્યારે એમના મનમાં કંઈકનું કંઈક થવા લાગતું. ઈશ્વરને ઉદ્દેશીને કાયમ કહેતાં, 'તે મને કેમ બાળક ના આપ્યું?' રામચંદ્રભાઈ બધું સમજતા પણ શાંતિથી એ રેવાને સમજાવાનો વર્ષોથી પ્રયાસ કરતા હતા, 'પ્રભુ જે કરે એ સારું કરે. જે છે એનો આનંદ લે.' આ યુગલ સાથે સંકળાયેલા બીજાં બે-ત્રણ યુગલો પણ આજે દેખાતાં નહોતાં. બગીચામાં આંટા મારતી એ યુવતીનો પાંચમો રાઉન્ડ પૂરો થયો અને સૂર્યાસ્ત થયો. શિયાળો હળવે પગલે ટકોરા દઈ રહ્યો હતો. હવે ઘર તરફ નીકળવું જોઈએ એવું સૂચન રેવાબહેનનું થયું. બંને જોડે ઊભા થયા. ધીરે ધીરે લાકડીના ટેકે રેવાબહેને આગળ ચાલવાનું શરૂ કરતાં જ હતાં કે ત્યાંથી એ યુવતી ઝડપથી એમની પાસે આવી અને કહ્યું, 'અંકલ લાવો આ થેલી ઊંચકી લઉં છું. તમારા ઘરની નજીકમાં જ હું રહું છું.' રેવાબેહને પૂછ્યું, 'મેં તને જોઈ નથી બેટા! આ વિસ્તારમાં નવી આવી છે તું?' આ સાંભળતાં જ એ યુવતી ખડખડાટ હસી પડી અને બોલી, 'ના, હું વર્ષોથી અમેરિકા રહું છું. અમે લોકો ક્યારેક ક્યારેક ઇન્ડિયા આવીએ છીએ. તમે જે ફ્લેટમાં રહો છો ને એની

બરાબર બાજુનું ઘર મારું છે.' રામચંદ્રભાઈ બોલી ઉઠ્યા, 'અરે સુખડિયા હાઉસ એ તો બહુ શ્રીમંત પરિવારનું છે. મિલ માલિકનું છે ભાગ્યે જ ખૂલતું હોય છે. સાફ-સફાઈ થાય.'

ધીમે ધીમે ચાલતાં ચાલતાં એમનો ફ્લેટ આવી ગયો. 'મારું નામ માધવી છે, છેલ્લા ચાર-પાંચ દિવસથી હું તમને જોતી આવી છું. સરસ ફુદીનો અને લીલી ચા લાવ્યા છો અંકલ! તમે મને ચા પીવડાવશો આજે?' રામચંદ્રભાઈ ખુશ થઈ ગયા. તાળું ખોલતાં બોલ્યા, 'હા.. હા આવો... કેમ નહીં!' નાના સુઘડ ઘરની અંદર પ્રવેશતાં માધવીએ ધીમે રહીને રેવાબહેનને સોફા પર બેસાડ્યા. રામચંદ્રભાઈએ રસોડામાં જઈ ત્રણેય જણા માટે ચા બનાવી લાવ્યા. ચા પીતાં માધવીએ કહ્યું, 'આ બાજુનું ઘર મારું છે.' રેવાબહેને પૂછ્યું, 'ભાડે રહેવા આવ્યા છો?' હસતાં હસતાં માધવી બોલી, 'ના.. 15 વર્ષ પહેલાં મારાં લગ્ન થયાં ત્યારે પરણીને હું આજ ઘરમાં આવી હતી અને લગ્નના ચાર વર્ષ પછી હું અને મારા પતિ કુશલ યુ.એસ.એ સેટ થઈ ગયા.' મોબાઇલની રીંગ વાગતાં માધવી ઝડપથી ઊભી થઈ, 'જય શ્રી કૃષ્ણ' કહી રવાના થઈ ગઈ. સરસ ચાનાં વખાણ કરતાં કપ-રકાબી રસોડામાં મૂકીને આવી.

આ વૃદ્ધત્વ તરફ સરકી રહેલાં યુગલથી કસમયે ચા પીવાને પરિણામે ખાવાનું ખવાયું નહીં. જમવામાં એ લોકો સાંજે સવારનું વધેલું થોડું ઘણું ખાઈ લેતાં અથવા ખીચડી કે દૂધ અને રોટલો ખાઈ લેતાં. ટીવી એમનું સંધ્યાકાળ પછીનું ઉત્તમ સાથી બની રહેતું. 10:00 વાગે ટીવીના કાર્યક્રમો જોઈ આછી પાતળી વાતો

કરતાં એ યુગલ ઝંપી ગયું. બીજે દિવસે સાંજે પરિમલ ગાર્ડનના બાંકડે બેઠેલા બંને જણા પાસેથી માધવી પસાર થઈ. હળવેથી હાથ ઊંચો કર્યો. એજ રીતે બે રાઉન્ડ માર્યા પછી ત્રીજા રાઉન્ડે આ લોકોની જોડે આવીને બેઠી. જય શ્રી કૃષ્ણની આપલે પછી એણે ચાનાં વખાણ કર્યા. અચાનક પાછળથી કુશલે આવી સૌને ચમકાવી દીધાં, 'નમસ્કાર' માધવીએ કુશલની ઓળખાણ કરાવતાં કહ્યું, 'આ મારા પતિદેવ.' થોડીક વાતચીત બાદ સૌ ઊભાં થયાં. ચારે જણાં ચાલતાં ચાલતાં ઘરની નજીક આવ્યાં એટલે માધવીએ કહ્યું, 'ચાલો આજે આપણે સૌ મારા ઘરે ચા પીએ.' રેવાબહેન કંઈ બોલે એ પહેલાં જ કુશલે કહ્યું, 'અમને બહુ જ ગમશે, ચાલો..' એવા હક્કથી એ બંનેને હાથ પકડી એમના ઘર તરફ દોરી ગયો.

અત્યાર સુધી રામચંદ્રભાઈ અને રેવાબહેને આ આલીશાન હવેલી માત્ર બહારથી જોઈ હતી અને એમાં પ્રવેશતાં જ એ લોકો અભિભૂત થઈ ગયાં. પ્રત્યેક જગ્યાએ રાજસી ઠાઠ અને શ્રીમંતાઈનો લહેકો નજરે પડતો હતો. વિશાળ ડ્રોઈંગરૂમમાં પડદાથી માંડીને સોફા સુધી અને કાર્પેટથી માંડીને મસ્ત મોટા ઝુમ્મર સુધી, જોતાં દરેક જગ્યાએ એમની ઊંચી પસંદગી પ્રતીત થતી હતી. આવી દોમ દામ સાહેબી જોઈ બન્ને જણા તો ઠંડાગાર થઈ ગયાં. એમને મનભાવન આદું મસાલા અને લીલી ચા વાળી ચા સાથે ગરમાગરમ બટાકા પૌવાનો નાસ્તો પીરસાયો. ઘણી બધી વાતો થઈ. માધવી પોતે ફેશન ડિઝાઈનર હતી. અમેરિકામાં વસતા ગુજરાતીઓ માટે એમની પસંદગીના વાર તહેવાર અને લગ્ન પ્રસંગે અત્યંત આધુનિક વસ્ત્રો અને એસેસરીઝ તૈયાર કરી આપતી.

કુશલ ટેક્સટાઈલ એન્જિનિયર હતો અને એની સાથે એનો વિશાળ વિસ્તરેલો કારોબાર હતો. તેની ત્રણ મોટેલ્સ હતી. અને નાના મોટા બીજા અનેક ધંધામાં એની ભાગીદારી હતી.

અમેરિકામાં પણ આ યુગલ સુખદ અને સફળ જીવન જીવતું. સોફાસેટની જમણી તરફ રહેલી મોટી દીવાલ ઉપર બે ભૂલકાઓની મોટી તસવીર હતી. માધવીએ ઓળખાણ કરાવી. 'અમારો નવ વર્ષનો દીકરો હર્ષિત છે.' બાલ્યકાળથી શરૂ કરી નવ વર્ષની ઉંમર સુધીની વિવિધ તસવીરો આખી એ વોલ ઉપર લગાડેલી હતી. અને એની વિરુદ્ધ દિશામાં એચ આકારે બાલ્યકાળથી શરૂ કરીને સાત વર્ષની વય સુધીની એક દીકરી હીરની વિવિધ તસવીરો લગાડેલી હતી. એ બંનેના બાળપણની જીદ્દની, રમતગમતની જેવી અનેક વાતો થઈ. બાળકોના આલ્બમ્સ બતાવવામાં આવ્યા. રેવાબહેન અને રામચંદ્રભાઈ ખૂબ ખુશ થયાં. 'સરસ બાળકો છે.' વાતો દરમિયાન બે કલાક તો પટ દઈને પૂરા થયા. 8:30ના સમયે માધવીએ હસતા હસતા કહ્યું, 'તમે હવે અહીંયાં જમીને જાઓ.' રેવાબહેન બોલ્યાં, 'ના... ના.. ના.. ના તમે નાહકની તકલીફ ના લેશો.' માધવીએ કહ્યું, 'એમાં તકલીફ કેવી? અને જુઓ આપણા પટેલોની ટીપીકલ ખાણાની વાનગીઓ આજે સાંજે જમવામાં છે. બાજરાનો ઘડેલો રોટલો, રીંગણનો ઓળો, ખીચડી, સાલેવડા છે, આવી જાઓ.' આ સાંભળીને જ રામચંદ્રભાઈના મોઢામાં પાણી આવી ગયું, એમણે કહ્યું, 'આ કાકી તારી સાજી હતી ને ત્યારે રોજ સાંજે મને આ બધું ખવડાવતી પણ હવે... ખાસ ખવાતું નથી એટલે જે મળે એ ચાલે.'

કુશલે રેવાબહેનને પ્રેમથી હાથ પકડી ઉઠાડ્યા ચાલો મજા આવશે. પરિવાર પ્રેમની ભૂખ ચારે જણામાં સળવળતી હતી. કુશલ અને માધવીની મહેમાનગતિ એટલી અદ્દભુત હતી કે રામચંદ્રભાઈ અને રેવાબહેન બહુ સહજતાથી એ લાગણીમાં ખેંચાઈ જતાં. જમીને તૃપ્તિનો ઓડકાર ખાતાં સૌને આનંદની અનુભૂતિ પ્રાપ્ત થઈ. મોડેથી બંને જણાને માધવી ઘરે મૂકી ગઈ. બીજે દિવસે સવારથી જ બંને પતિ પત્ની આ માધવી અને કુશલની વાતોમાં હતાં. બરોબર 12:00 વાગ્યે માધવી અને કુશલ એક સરસ મજાનું પેકેટ લઈ તેમના ઘરમાં પ્રવેશ્યાં. એ વખતે બપોરની ટીવી સિરિયલ આ બંને જણા જોતાં હતાં. માધવીએ કહ્યું, 'તમને ડિસ્ટર્બ કર્યા.' રેવાબહેન તરત બોલ્યાં, 'અરે ના ના છોકરાઓ થોડા ડિસ્ટર્બ કરે. તમારા આવવાથી તો ઘર ભર્યું ભર્યું લાગવા લાગ્યું છે.' ઔપચારિક વાતો પછી માધવીએ રેવાબહેન અને રામચંદ્રભાઈના મુખ સામે જોઈ કહ્યું, 'અમારે તમને એક વાત કરવી છે. અમારી ઇચ્છા છે કે તમે એનો સ્વીકાર કરો અને જો અસ્વીકાર કરશો તોય અમને માઠું નહીં લાગે પણ અમે પ્રભુને પ્રાર્થના કરીએ છીએ કે તમે પ્રેમથી એનો સ્વીકાર કરો.' રેવાબહેન અને રામચંદ્રભાઈ પરસ્પર એકબીજાની સામે જોઈ શું વાત હશે? એમ વિચારવા લાગ્યાં.

માધવી બોલી, 'ઈશ્વરે આપેલું અમારી પાસે બધુંજ છે. નથી તો મારા હર્ષિત અને હીર માટે દાદા-દાદી. એ લોકો જેમ જેમ મોટાં અને સમજણા થતાં જાય છે, ત્યારથી એમને દાદા-દાદી

જોઈએ છે. ભારતીય સંસ્કૃતિ અને પરંપરા વિશે જ્યારે જાણે છે, અમારા બાળપણની વાતો એ સાંભળે છે, ત્યારે કંઈપણ માગવાની વાત આવે છે, એટલે એ લોકો એક જ જિદ્દ લઈને બેસે છે. અમને અમારા દાદા-દાદી આપો બસ અમારે બીજું કંઈ જોઈતું નથી. એ મેળવવા અમે છેલ્લા ત્રણ-ચાર વર્ષથી ભારત આવીએ છીએ. અનેક વૃદ્ધાશ્રમમાં જઈ આવ્યાં. ઘણા બધાં વૃદ્ધ વ્યક્તિઓનો સંપર્ક કર્યો પણ છેલ્લા થોડા દિવસથી તમારા સંપર્કમાં આવ્યા બાદ અમને એવું લાગે છે કે અમારી ખોજ તમારી પાસે પૂર્ણ થઈ છે.' રામચંદ્રભાઈ બોલ્યા, 'એટલે?' કુશલે બહુ પ્રેમથી કહ્યું, 'અમારા હીર અને હર્ષિતના દાદા-દાદી બનીને તમારે અમારે ત્યાં અમેરિકા આવવાનું છે. બધોજ ખર્ચો અમે આપીશું. બા ના ઘૂંટણની સારવારનો ખર્ચ પણ હું જ કરીશ. તમારે એક પણ પૈસો ખર્ચ કરવાનો નથી. તમારા બંનેનું પેન્શન પણ બેંકમાં જમા થશે. તમે જેટલો સમય અમેરિકા રહેશો, એટલો સમય અમારા માણસો તમારા ઘરની સાફ-સફાઈ કરશે અને સાચવશે. અને જો તમને અમેરિકા ના સેટ થાય અને તમે ભારત પાછા આવવા ઇચ્છતા હશો તો પણ અમે અમારા ખર્ચે તમને ભારત મૂકી જઈશું પણ એવું ન થાય એવી હું પ્રભુને પ્રાર્થના કરીશ. કપડાથી માંડીને દવા-દારૂ સુધી અમેરિકા જવાનો, રહેવાનો, આવવાનો તમામ ખર્ચો અમારો રહેશે. બસ અમારા હર્ષિત અને હીરની આંખોમાં અમે ખુશી જોવા માગીએ છીએ. સંતોષ જોવો છે. તમે વિચારીને અમને જવાબ આપશો.'

માધવી અને કુશલના ગયા બાદ આખી બપોર રામચંદ્રભાઈ અને રેવાબહેન એ અંગે વિચાર કર્યો. ગુજરાતની બહાર પણ નહીં ગયેલા આ યુગલને અમેરિકા જવાનો મોકો મળતો હતો. જિંદગીમાં વર્ષોથી સેવેલું સુખ, વિમાનો જોઈને એમાં બેસવાની, ફરવાની મનોમન કરેલી ઇચ્છા, આ બધું જાણે એક સામટું ઈશ્વરે આપી દીધું હોય, એવું એ બંને જણાએ અનુભવ્યું અને મનથી નક્કી કર્યું ચાલો પ્રભુએ આપ્યું છે તેનો સહર્ષ સ્વીકાર કરવો. સાંજે ગાર્ડનમાં જવાને બદલે થોડાક વહેલા એ બંને જણા માધવી અને કુશલના ઘરે પહોંચી ગયા. એમણે માધવી અને કુશલે આપેલા પ્રસ્તાવનો સ્વીકાર કર્યો છે, એવું જણાવ્યું. અત્યંત આનંદ અને ખુશીની ચમક માધવી અને કુશલના મોઢા પર અનુભવાઈ. 15 જ દિવસમાં વિઝા, પાસપોર્ટ સાથે ટિકિટનો બંદોબસ્ત થઈ ગયો. જરૂરી સામગ્રીની ખરીદી પણ થઈ ગઈ અને 16 મે દિવસે તો એ વિમાનની અંદર યુ.એસ.એ જવા ચારે જણા એક્ઝિક્યુટિવ ક્લાસની અંદર મુસાફરી કરી રહ્યાં હતાં. બારીની બહાર જોતાં વાદળાં ઉપર નજર કરતાં જાણે એ સ્વપ્ન સૃષ્ટિમાં સરી ગયાં. રેવાબહેન રામચંદ્રભાઈના કાન નજીક જઈને બોલ્યા, 'ખરું છે આ તો.. સાચું છે કે સપનું એજ ખબર નથી પડતી..', 'સાચું જ છે.' રામચંદ્રભાઈ ગંભીર મુખમુદ્રા સાથે મુખ ઉપર હળવું સ્મિત લાવી જવાબ આપતા. વિચારોના મહાસાગરમાં તરતા 25 કલાક તો ઊડી ગયા. હવે શિકાગોના એરપોર્ટ ઉપર ઉતરવાની તૈયારી હતી, એ એનાઉન્સ થતાં કુશલે ધીમે રહીને રામચંદ્રભાઈ અને રેવાબહેનને કહ્યું, 'મારે તમને એક છેલ્લી વિનંતી કરવાની છે.' રામચંદ્રભાઈ બોલ્યા, 'અરે તમે હાથ ના જોડો.' કુશલ એટલું જ

બોલ્યો, 'વડીલ તમે મને આજથી ‘તમે’ ના કહેશો. મા-બાપ પોતાના સંતાનને તુકારે બોલાવે. અને હું તમારું સંતાન છું.', 'હા... હા ભાઈ' રેવાબહેને તરત સુધારી લીધું. 'અમે બંને તમને બંનેને આજથી તુ કારો કરીશું.'

એરપોર્ટ સામે 10 છોકરાઓની લાંબી લાઈન ઊભી હતી વેલકમ દાદા-દાદી. હીર અને હર્ષિત એમના ઓફિસના સ્ટાફ સાથે દાદા-દાદીને વેલકમ કરવા આવ્યાં હતાં. દરેકના હાથમાં વેલકમ દાદા-દાદી વેલકમ દાદા-દાદી લખેલાં રંગબેરંગી પોસ્ટર હતાં. બંને છોકરાઓ દાદા-દાદીના પગે પડ્યાં. રીતસર વળગી પડ્યાં. અંગ્રેજી છાંટ સાથેના ગુજરાતીની અંદર પ્રણામ, જય શ્રી કૃષ્ણ, વેલકમ એવા શબ્દોથી ઉમળકાભેર સ્વાગત થયું. જેની આ બંને જણાયે કલ્પના પણ કરી નહોતી. આલીશાન ઘરને સજાવામાં આવ્યું હતું. ફુગ્ગાઓ, દીવડા, મીણબત્તીઓ કાગળ ના તોરણો અને ચારે બાજુ વેલકમ ગ્રાન્ડપા વેલકમ ગ્રાન્ડમા, વેલકમ દાદા-દાદી એવા પોસ્ટર લગાડેલાં હતાં. હીર અને હર્ષિત હાથ પકડીને બંને જણાને એમના રૂમમાં લઈ ગયાં. અકલ્પ્ય વેલકમથી રામચંદ્રભાઈ અને રેવાબહેન ડઘાઈ ગયાં હતાં. થોડીવારમાં હીર દોડતી આવી અને કહ્યું, 'ગ્રાન્ડમા તમે પૂજા કરો છો ને! જો મેં તમારા માટે મારા રાઇટીંગ ટેબલ ઉપર ભગવાનની મૂર્તિ મૂકી છે અને તમે આરતી કરતા હશો ને! એટલે હું મારી ફ્રેન્ડ પાસેથી આરતી અને ઘંટડી પણ લઈ આવી છું.' માધવી અને કુશલ બાળકોનો આનંદ જોઈ મનોમન ખૂબ રાજી થયાં હતાં. છોકરાઓને કહ્યું પણ ખરું કે એમને હવે આરામ કરવા દો. ચા-નાસ્તાના ટેબલ ઉપર હર્ષિત અને હીર

દાદા-દાદીને વળગી પડ્યાં, 'ગ્રાન્ડપા તમારે અમારા ફ્રેન્ડને મળવું પડશે, એ લોકો સવારથી તમારી રાહ જોઈ રહ્યાં છે.'

બંને નાના ભૂલકાઓએ દાદા-દાદીનો હાથ પકડી લાકડીના ટેકે એમને વિશાળ ગાર્ડનમાં લઈ આવ્યાં. જ્યાં કુણા તડકાની અંદર છત્રીની નીચે બે મોટી ખુરશીઓ મૂકેલી હતી વેલકમ ટુ ગ્રાન્ડપા અને ગ્રાન્ડમા લખ્યું હતું. બંને છોકરાઓ સતત બોલતાં હતાં, 'અમારે પણ તમારી પાસેથી રામાયણ અને મહાભારતની વાર્તાઓ સાંભળવી છે. તમે ડેડીને જે ગેમ રમાડતા, ઘોડો ઘોડો કરતા હતા, આંધળો પાટો રમતા હતા, આ બધું મારે પણ તમારી સાથે અને મારા ફ્રેન્ડની સાથે રમવું છે. તમે અમારા લીડર હશો.' એટલી વારમાં તો એમના 15 થી 20 મિત્રોની ટોળી હાજર થઈ. કોઈ ફ્રેન્ડ ફ્રેન્ચ હતું તો કોઈ ભારતીય હતું, સ્વિડિશ, જાપાનીઝ, ચાઈનીઝ, જર્મન, બ્રિટિશર.. દેશ-વિદેશનાં બાળકો એમનાં મિત્રો હતાં. સૌને અત્યંત નવાઈ ઊપજી હતી કે આટલા ઉંમરના દાદા દાદી! આ લોકોની સાથે રહેશે! વિવિધ પ્રશ્નોનો મારો સર્જાયો એ બહુ જ પ્રેમથી આ દાદા-દાદીએ ઉત્તર વાળતા. છોકરાઓ ખૂબ ખુશ થઈ ગયા અને હર્ષિત અને હીરને તો જાણે કંઈક ખજાનો પ્રાપ્ત થઈ ગયો હોય એવા એ નાચતા કુદતા જોવા મળતા.

બહુજ પ્રેમથી દાદીને કહ્યું, 'બા તમને ઠંડીમાં ગોઠણ દુ:ખે છે ને? લાવો હું તમને વિકસ લગાડી આપું.' અને નાનકડો હર્ષિત રામચંદ્રભાઈના પગ દબાવવા બેસી ગયો. રેવાબહેનના હાથ અનાયાસે ઈશ્વર પાસે નમી ગયા. 'હે ઈશ્વર તે મને એક સામટું

સુખ આપી દીધું.' રામચંદ્રભાઈ બોલ્યા, 'તું હંમેશાં બળાપો કાઢતી હતી ને? જો મારો પ્રભુ કેટલો દયાળું છે.' બંનેની આંખમાંથી નીકળેલાં ખુશીના આંસુ રોકાતાં નહોતાં. મોડી રાત્રે માધવી અને કુશલે પૂછ્યું, 'છોકરાઓએ બહુ હેરાન કરી નાખ્યા નહીં તમને! આ રૂમમાં ફાવશે તો ખરું ને?' રામચંદ્રભાઈ અને રેવાબહેન એક સાથે બોલ્યાં, 'બેટા, આજીવન આ રૂમમાં તમારા સૌ સાથે ફાવશે.' કુશલ રામચંદ્રભાઈને ભેટી પડ્યો. માધવીના મુખમાંથી સુખદ શબ્દ સરી પડ્યો, 'કુશલ, ભારતનો આ વખતનો આપણો ફેરો સાચે જ સફળ રહ્યો.' અને ચારેય જણા ઇચ્છિત સુખને માણવામાં મગ્ન બની ગયાં.

17. સ્વીકાર

વૈશાલી અત્યંત ખુશ હતી. બારમાં ધોરણમાં કોમર્સ લેવાનો નિર્ણય એનો સર્વથા યથાર્થ નિવડ્યો હતો. 90% માર્ક સાથે અમદાવાદની પ્રચલિત અને પ્રખ્યાત એચએલ કોમર્સ કોલેજની અંદર પ્રવેશ મેળવ્યો હતો. અભ્યાસ સાથે સહઅભ્યાસની પ્રવૃત્તિઓ જેવી કે વકતૃત્વ સ્પર્ધા અને કોલેજ ફેસ્ટની અંદર પણ એ અવલ રહેલી. ફર્સ્ટ યર બીકોમથી શરૂ કરીને એમકોમ સુધીના યુનિવર્સિટીના તમામ ગોલ્ડમેડલ એના ભાગે આવ્યાં હતાં.

જવલંત કારકિર્દીને પરિણામે જે કોલેજમાં એ ભણી, ત્યાં જ એને આસિસ્ટન્ટ લેક્ચરર તરીકેની જોબ પણ મળી ગઈ. એકાઉન્ટન્સીમાં એની માસ્ટરી હતી. બીજા કોઈના ક્લાસમાં ભલે કાગડા ઉડતા હોય, બીકોમથી શરૂ કરીને માસ્ટર સુધીના લેક્ચર્સમાં વૈશાલીનો ક્લાસ ચિક્કાર રહેતો હતો. એની ભણાવવાની પદ્ધતિ અદભુત હતી. એની પાસે વિષયલક્ષી નીત નવી યુક્તિઓ અને તરકીબો હતી. જેનું ફળ વિદ્યાર્થીઓને ઊંચા ગુણાંક પ્રાપ્ત થતા એટલે એ વિદ્યાર્થીપ્રિય હતી. લેક્ચરરશીપ મળવાથી એક સંતોષ અને ઉત્સાહ એના જીવનમાં રેલાયો હતો. થોડીક ટાપટીપ અને આકર્ષક કપડાં હવે એને નવો ઓપ આપતાં. સરસ્વતીની સાધના દ્વારા પ્રાપ્ત થયેલ જ્ઞાનનું તેજ એના વિશાળ મુખ ઉપર સતત રેલાતું હતું. જે આત્મવિશ્વાસ સભર વ્યક્તિત્વને નિખારતું.

એના પ્રગતિશીલ જીવનમાં એની જ જ્ઞાતિના ડૉકટર વિવેક ઠક્કરનું માગું આવ્યું. એ વખતે વૈશાલી આસિસ્ટન્ટ લેક્ચરમાંથી મુખ્ય લેક્ચરર બનવા માટે પીએચડીની તૈયારી કરવામાં મગ્ન હતી. એની કારકિર્દીને બે વર્ષ થવા આવ્યાં હતાં. વિવેક ન્યુરોસર્જન હતો અને એના પિતા ડૉકટર વિશાલ ઠક્કર પોતે ગેસ્ટ્રોસર્જન હતા અને માતા ઉમાબેન આદર્શ ગૃહિણી હતાં. વિવેકથી એક મોટો ભાઈ હતો એ ઓર્થોપેડિક ડૉક્ટર હતો અને ઓસ્ટ્રેલિયા સેટ થયો હતો. વિવેક અને વૈશાલી મળ્યા ત્યારેજ ડ્રીમ પર્સન મળ્યાનો અહેસાસ પહેલી મુલાકાતમાં થયો. અને બહુ જ ટૂંકા સમયમાં વૈશાલી તન્નામાંથી એ મિસિસ વૈશાલી ઠક્કર બની ગઈ.

વિવેક એક પ્રેમાળ પતિ હતો. લગ્ન જીવનનાં શરૂઆતનાં વર્ષો બાલીના ટૂંકા હનીમૂન બાદ આનંદપૂર્ણ રીતે પસાર થવા લાગ્યા. પોતાના વ્યવસાયમાં આગળ રહેતો વિવેક અને પોતાની કારકિર્દી પ્રત્યે સજાગ અને સતત પ્રગતિ કરતી એવી વૈશાલી પોતપોતાના ક્ષેત્રમાં નામાંકિત બનતાં ચાલ્યાં. પારિવારિક હુંફ અને લગ્નજીવનની સુખદતાને પરિણામે એમનું જીવન સરળ અને પુલકિત રહેતું. દર વર્ષે બે વખત થતી ફાર્માસ્યુટિકલ કંપનીઓની મહેરબાનીને પરિણામે અવનવી ટુર્સ અને રંગીન રાતો એમના જીવનનો ભાગ બની ગઈ. કોઈ પણ માણસને ઈર્ષા ઉપજાવે એવું એમનું જીવન હતું. લગ્ન પછીના બરાબર બે વર્ષે પહેલાં દીકરા વીરનો જન્મ થયો. મા-બાપની તેજસ્વી બુદ્ધિ ક્ષમતા જન્મજાત લઈને એ જન્મ્યો હતો. શાંત સૌમ્ય અને કુશાગ્ર વીર ધીમે ધીમે

મોટો થતો ગયો. અને વીરના જન્મ પછી વૈશાલીનું પીએચડી પણ પૂરું થયું. એ પણ હવે ડૉક્ટર વૈશાલી ઠક્કર તરીકે પ્રખ્યાત બનતી ગઈ. સાથે જ સિનિયોરિટી મળતા એ એચ.ઓ.ડી. પણ બની ગઈ.

વીરના જન્મના બરાબર ત્રણ વર્ષ બાદ વિનીતનો જન્મ થયો. વીરની છત્રછાયા હેઠળ વિનીત ઉછરતો ગયો. શરૂઆતના વર્ષોમાં તો વાંધો ના આવ્યો કેમ કે વીર તો સ્ટાન્ડર્ડ ફસ્ટ હતો, જ્યારે વિનીત ભણવા કરતા પેઇન્ટિંગ અને ક્રાફ્ટની એક્ટિવિટીમાં વધારે આગળ હતો. વીર જે સૂચના આપતો એનું વિનીત પાલન કરતો એટલે એ ઓછા વત્તા ગુણાંક સાથે પાસ તો થઈ જતો. ઘરની અંદર કે સ્કૂલમાં કોઈપણ પ્રવૃત્તિ હોય તો વિનીત સજાવટના કામમાં અગ્રેસર રહેતો. ઘરમાં એક દિવસ રાખેલી પૂજામાં એને જે ગૃહ સજાવટ કરી હતી એ જોઈને આવનારા મહેમાનો મોમાં આંગળા નાખી ગયા હતા. વીર 12 સાયન્સ પાસ કરી એમબીબીએસનું ભણવા માટે ઓસ્ટ્રેલિયા રવાના થયો. અને વિનીત સાવ એકલો અટૂલો પડી ગયો, એનો સાથ સહકાર અને આધાર છીનવાઇ ગયો એવું લાગતું 'તું. નવમા ધોરણમાંથી તે દસમામાં પ્રમોટ થઈને ગયો અને દસમામાં પણ વીરની ગેરહાજરીમાં માત્ર 50% સાથે પાસ થતાં ઘરમાં હાહાકાર મચી ગયો.

બધાંએ વિચાર્યું કે થોડા ગુણ વૈશાલીના પણ એનામાં આવે, એટલે એને કોમર્સ લેવડાવીએ. વૈશાલી સહમત નહોતી; પણ સ્કૂલમાં જ એને 50% હોવાને કારણે કોમર્સ જ મળ્યું.

વિનીતને ભણવામાં જરાય રસ નહોતો. 11માં કોમર્સ હોવાને કારણે વૈશાલી એની ઉપર બરોબર ધ્યાન આપતી. પ્રત્યેક વિષય એને કાળજીથી શીખવાડતી. પોતાની કોલેજની પ્રવૃત્તિઓ વૈશાલીએ ધીમે રહીને ઓછી કરી નાખી હતી. પોતાનું સમગ્ર ધ્યાન એણે વિનીત ઉપર કેન્દ્રિત કર્યું હતું. તેને અપેક્ષા હતી કે વિનીતનું પ્રથમ પરીક્ષાનું પરિણામ ખૂબ સરસ હશે પણ જ્યારે એને પરિણામ જાણ્યું તો પગ તળે જમીન સરકી ગઈ. પેપર જોવા એ ખુદ ગઈ અને એની સામે વિનીતના શિક્ષકોએ પોતે જ ભણાવેલા વિદ્યાર્થીઓ તરીકે જોયા. શિક્ષકો કહેતા મેડમ તમારો બાબો છે એટલે ક્યાં પ્રશ્ન છે એ તો શ્રેષ્ઠ જ કરવાનો. વૈશાલી દુ:ખી હૃદય સાથે નિરુત્તર રહેતી. પોતાની ઉજ્જવળ કારકિર્દીમાં એણે ક્યારેય નિષ્ફળતાનો સામનો કર્યો જ નહોતો. એણે વધારે કાળજી સાથે વિનીતને ભણાવવાનું ચાલુ રાખ્યું બીજી પરીક્ષાનું પરિણામ પણ પ્રથમ પરીક્ષાની જેમ પુનરાવર્તન પામ્યુ. વૈશાલી નાસીપાસ થઈ ગઈ વિનીતને ખૂબ સમજાવ્યો કે 'બેટા ડ્રોઇંગ અને ક્રાફ્ટ આપણી કારકિર્દી નથી. ભણવું પડશે કંઈક બનવું પડશે.' પણ વિનીત નીચું મોઢું રાખી ચુપચાપ સાંભળતો રહ્યો.

વિનીતને આટર્સ લેવડાવી દેવું એવું પ્રિન્સિપાલનું સજેશન હતું પણ વૈશાલી એ માટે જરાય તૈયાર નહોતી. ઘરનું વાતાવરણ ભારે હતું. વૈશાલી ડિપ્રેશનમાં હતી. વિનીતને લઈને થોડી બોલાચાલી પણ થઈ હતી. વિશાલભાઈનો આગ્રહ હતો કે વિનીતને જેમાં રસ હોય એમાં જવા દેવો. પોતાના સંતાન માટે વૈશાલી બહુ જ મહત્વકાંક્ષી હતી, વીર તો તેજસ્વી હોવાના કારણે

બહુ જ સરસ રીતે અભ્યાસમાં આગળ વધી ડૉકટર બનવા તરફ પ્રયાણ કરી રહ્યો હતો પણ વિનીતની પરિસ્થિતિ વૈશાલીને બેચેન કરી દેતી હતી. વિશાલભાઈએ એમના બાલ્યાકાળના મિત્ર ડૉકટર સુકૃત ઝવેરી, જે નામાંકિત મનોચિકિત્સક હતા, એમને અને એમના પત્નીને એક દિવસ જમવા માટે બોલાવ્યા. પોતાના પરિવારની સમસ્યા એમની સાથે ચર્ચી. બધુંજ સાંભળ્યા પછી ડૉકટર સુકૃતભાઈએ પહેલું સિટિંગ વિવેક અને વૈશાલીને આપવાનું નક્કી કર્યું. એક આદર્શ માતા-પિતા બનવાનું અને બાળકને અભ્યાસ અર્થે, આગળ વધવા માટે ઇચ્છિત ક્ષેત્રમાં જવા દો. એની ઉપર તમારી કલ્પનાઓ અને તમારા વિચારો ના લાદી દો. એમનામાં તમારું જ લોહી વહે છે, એટલે જે પણ ક્ષેત્રમાં જશે એમાં તમારો સહકાર અને હૂંફ મળશે તો એ ચોક્કસ આગળ વધશે. આ કંઈ હરીફાઈ નથી કે કોણ આગળ છે, કોણે કેટલા ગુણ મેળવ્યા. અરે આ તો પરિવાર છે, જે હુંફ અને પ્રેમથી વિક્સતો રહે છે. ત્રણ સિટિંગ બાદ વિવેક અને વૈશાલીએ સ્વીકાર્યું કે ડૉકટર જે કહે છે, એમાં સત્ય રહેલું છે દીકરો અમારે ગુમાવવો નથી. વિનીતને તો માત્ર એક જ સિટિંગની જરૂર પડી, એણે સ્વીકાર્યું કે એને ઇવેન્ટ મેનેજમેન્ટના કોર્સમાં રસ છે. મને એમાં ભણવા દો પછી હું પુરવાર કરીશ કે હું ડૉ. વૈશાલી ઠક્કર અને ડૉ. વિવેક ઠક્કરનો દીકરો છું. ‘ઘરડા ગાડા વાળે' એ વાત અહીંયાં સાચી પુરવાર થઈ. ત્રણ વર્ષ પછી ઇવેન્ટ મેનેજમેન્ટનું ભણ્યા બાદ વિનીતનું એક નામ છે. એક સ્ટેટસ છે. ભૂતકાળને વાગોળતી બેઠેલી વૈશાલી પરિવાર સાથે આઇ.પી.એલની મેચ જોઈ રહી હતી, ત્યાં જ ફોન રણક્યો. 'આ વિનીત ઠક્કરનું ઘર છે?' વૈશાલી સત્વરે જવાબ આપ્યો 'હા!', 'હું

ગુજરાત રાજ્યના કલા અને સાંસ્કૃતિક વિભાગના અધિકારી શ્રી ગગન વ્યાસનો પીએ જયેશ જોગાણી વાત કરું છું. મુખ્યમંત્રીના આગમન ટાણે જે ઇવેન્ટ યોજાઇ હતી એમાં બેસ્ટ ડેકોરેશનના ભાગરૂપે વિનીતના કાર્યની પસંદગી થઈ છે. અને એમને એવોર્ડથી સન્માનિત કરવામાં આવશે. મિસ્ટર વિનીત ફોન નથી ઉપાડતાં, એમને જાણ કરશો. અને આ નંબર ઉપર કોલબેક કરવા જણાવશો.'

હર્ષ મિશ્રિત આંખોમાં આંસુ સાથે વૈશાલી રિસીવર પકડી બેસી રહી. જ્યારે આ વાત બધાંએ જાણી, ત્યારે અત્યંત ખુશીનું મોજું આખા પરિવારમાં ફેલાઈ વળ્યું. વિશાલભાઈએ કહ્યું, 'વૈશાલી આપણો નિર્ણય સો ટકા સાચો પડ્યો. આપણો વિનીત સેટ થઈ ગયો અને તમારા બધાંની જેમ પ્રખ્યાત પણ.' વૈશાલી બોલી, 'હા! હું સ્વીકારું છું, વ્યક્તિને જેમાં રસ હોય એમાં જવા દેવામાં આવે તો એ કાઠું કાઢે જ છે. મને મારા બંને દીકરાઓ ઉપર ગર્વ છે.' આજે સાચે જ વૈશાલી, વિવેક, વીર અને વિનીતનો V એટલે કે સફળતા સર્જી ગયો. 'પપ્પા તમારા અને મમ્મીની સમજદારીનું આ પરિણામ છે. કોઈપણ ક્ષેત્રમાં વ્યક્તિ પોતાની ઇચ્છા અનુસાર જાય અને મહેનત કરે તો એ સફળતાથી વંચિત રહેતો નથી. માત્ર પ્રોફેસર, ડૉક્ટર, એન્જિનિયર, ચાર્ટડએકાઉન્ટ એજ સફળ છે એ માન્યતા આજે મારી દૂર થઈ છે, એનો હું સ્વીકાર કરું છું.'

18. કંકુ

મહિપતસિંહના ઘરની લક્ષ્મી એટલે કંકુ, નામ એવીજ લાલ ચટક અને સ્વભાવે પણ અલમસ્ત અને અખાબોલી. 18 વર્ષ પુરા થતાં મહિપતસિંહ સાથે પરણીને એમની પત્ની બનીને આવી હતી અને વરસ દોઢ વર્ષમાં તો મહિપતસિંહે આણું કરાવી ઘર બાંધી દીધું. મહિપતસિંહ બાપુના હુલામણા નામે ઓળખાતા. પુરા 6 ફૂટ ઊંચા, મજબૂત કાઠીના અને સ્વભાવે રંગીલા. એમનો બોલ કંકુ કદી ઉથાપતી નહીં. 40 વર્ષના લગ્ન જીવનમાં એ પતિને નખશીખ ઓળખી ચૂકી હતી. કંકુ જ્યારે પરણીને આવી ત્યારે તેની દાદી જીવીબા એ કહ્યું હતું, 'બેટા, ધણીને કાબુમાં કેવી રીતે કરવો એ ઘરની બાયડી પર આધારિત છે. બહાર ગમે તેટલું ચરીને આવે પણ આવે તો એ ઘરે જ. તારે તારો સ્ત્રી ધર્મ બજાવી તારા પાલવે બાંધી દેવો.' કંકુએ ચાલીસ વર્ષના લગ્ન જીવનમાં આ વાક્યોનું પૂર્ણપણે પાલન કર્યું હતું. દેખાવમાં તો તે રૂપાળી હતી. પરાણે વહાલી લાગે તેવી હતી અને ફૂદડીની જેમ કામ કરી ઘરમાં બધાને પ્રિય બની ગઈ હતી.

મેડીએથી સવારે ખેતરે જવા મહિપતસિંહ ઊતરે ત્યારે સફેદ બાસતા જેવા કપડાં અને હાથમાં નેતરની સોટી હોય. આજુબાજુ ફૂટી નીકળતા એના બે-ચાર કદમ બોસી સેવકો. એ વખતે કંકુ એની સાસુ સાથે સુપડા વડે અનાજ ઝાટકતી હોય અથવા શાક સુધારતી હોય કે મઠીયા પાપડની સુકવણી ચાલતી હોય કે પછી અથાણા માટેની કેરીઓ છોલાવતી હોય. નાનું મોટું

કામ સવારે ચાલતું હોય એ વખતે મહિપતસિંહ એક આંખનો ઉલાળો કરી, મૂછોને તાવ આપી લુચ્ચી આંખે મીઠો હાસ્યરસ વેરી પ્રેમાળ પતિની ફરજ બજાવતો. કંકુ એના ઉલાળા ઉપર ફિદા થઈ જતી. એના હૃદયમાં કંઈક કંઈક થઈ જતું. બાની નજર ઝુકાવી ત્રાસી આંખે પ્રેમાળ સ્નેહાલપ સાથે પતિને વિદાય કરતી. અને તે ક્રમ કંકુ ચાર છોકરાની મા થઈ તોય પણ યથાવત રહેલો. હા હવે માત્ર ખોંખારો અને આંખના ઈશારે મહિપતસિંહ પોતે જાય છે એ કંકુને કહી દેતો.

લગ્નજીવનના પરિપાકરૂપે મોટો દીકરો યશપાલસિંહ 27 વર્ષનો અને આર્મીમાં હતો. બીજી દીકરી જયોતિબા એ એક સફળ વકીલની પત્ની બની સુરતની અંદર આનંદથી જીવન વિતાવતી. મહિપતસિંહ દીકરીને પરણાવતી વખતે મોટો બંગલો અને એ પણ આખો ભરેલો દહેજમાં આપ્યો હતો. એના પછી 23 વર્ષનો દીકરો કર્મરાજસિંહ અમદાવાદમાં પોલીસમાં ભરતી થયો હતો. 19 વર્ષનો સૌથી નાનો જયવીરસિંહ બાપની સેવામાં હતો એ ખાસ ભણ્યો નહીં અને બાપની જમીન, નાણાનાં કારોબારનું, વ્યાજે ફેરવવાના પૈસાનું અને સરવાળે બધીજ રીતે બાપુનું બહારનું ધ્યાન રાખવાનું કામ આ નાનો દીકરો કરતો. એ ઘરમાં ઓછુ બાપુની નજીક અને એમની સાથે વધારે રહેતો. નસીબ જોગે દેખાવમાં ચારે જણા બાપની પ્રતિકૃતિ હતા પણ સ્વભાવમાં અને ચારિત્રમાં એ ચારે જણા કંકુ પર ગયા હતા, એકદમ સીધા, સ્પષ્ટ અને સંસ્કારી હતા.

આર્મીમાં કામ કરતા યશપાલસિંહના 27 વર્ષની ઉંમરે લગ્ન લેવાયા. 'પુનમ' નામ મુજબ અતિશય સુંદર અને રૂપનો

કટકો હતી. લગ્ન પછી એક મહિનો રોકાયા બાદ યશપાલસિંહ પાછો કામ પર ચડી ગયો અને પૂનમ એની રાહ જોતાં જોતાં સમય પસાર કરતી રહી. મોટાભાગનો સમય એ પીયર રહેતી. એટલે જ કંકુ ઇચ્છતી કે હવે ફરી વખત જ્યારે યશપાલસિંહ આવે ત્યારે પરિવારને વારસ આપે તો પૂનમ કાયમ માટે આ ઘરમાં સ્થાયી થાય. યશપાલસિંહ લગ્ન પછી બે વર્ષ બાદ જ્યારે આવ્યો. બે મહિના રોકાયા બાદ એ દેશની સેવા કરવા પાછો પહોંચી ગયો. યશપાલસિંહના ગયે મહિનો થયો હશે અને પૂનમે સારા સમાચારની ખુશખબરી આપી. પણ એ આનંદની અનુભૂતિ લાંબો સમય ટકી ના શકી! કેમ કે યશપાલસિંહ ના ગયે છ મહિના બાદ એ શહીદ થયો, એ સમાચારે આખા પરિવારને હચમચાવી મૂક્યા. એ આઘાતમાં પૂનમને કસુવાવડ થઈ ગઈ. બેવડા આઘાતથી કંકુ અને મહિપતસિંહ બંને દુ:ખી થયા.

થોડોક સમય પસાર થયા બાદ કંકુએ પૂનમના મા-બાપને કહ્યું, 'તમે ઇચ્છો તો તમારી દીકરીને પિયર લઈ જઈ શકો છો.' એના મા-બાપે ના પાડી દીધી, કારણ બતાવ્યું કે સમાજમાં અમારી બદનામી થાય. હવે મહિપતસિંહને ખુલ્લો દોર મળી ગયો. કંકુએ એકાદવાર એની નોંધ લીધી. અને આજે કંકુ વર્ષોના નિયમ મુજબ સુપડાથી અનાજ ઝાટકી રહી હતી, ત્યારે ગભરુ હરણીની જેમ દોડતી અને બેબાકળી બનેલી પૂનમ એની પાછળ લપાઈ ગઈ. તરત જ એની પાછળ મૂછના તાવ દેતો મહિપતસિંહ ઉતર્યો અને આંખનો ઉલાળો પૂનમની સામે જોઈને કર્યો. કંકુ સમજી ગઈ મનમાં સમસમી ઊઠી. કંકુએ પતિના આંખોમાં સળવળતો સાપ જોયો. એ બધું જ સમજી ગઈ અને એ પછી એણે પૂનમને ક્યારેય

125

ક્યાંય એકલી છોડી નહીં. પડછાયાની જેમ એ પૂનમની સાથે રહેતી. બહુ વિચારને અંતે એણે જ્યોતિની સલાહ લેવાનો નિર્ણય કર્યો. જ્યોતિએ જવાબ આપ્યો બા-બાપુ તો કાયમ જ મારા ઘરે આવતા જતા રહેતા હોય છે. હર્ષદીપને મળવા આવતા હોય છે, જાત ભાતના રમકડાં અને મીઠાઈઓ લઈને આવે. ભાણાભાઈ ભાણાભાઈ કહેતા એમનું મોઢું સુકાતું નથી. હર્ષદીપના પપ્પા સાથે કલાકો ગાળતા હોય છે. એટલે બા-બાપુની વિરુદ્ધ જવાની અમારી કોઈ જ શક્તિ નથી. એટલે તને આર્થિક ટેકો જોઈતો હોય તો હું તને આપી શકીશ! બાકી બીજી કોઈ અપેક્ષા રાખીશ નહીં. બહુ વિચારને અંતે એણે પોતાના પ્રિય દીકરા કર્મરાજસિંહને તેડાવ્યો. દસ દિવસ માટે મહિપતસિંહ બધો કારભાર જયવીરસિંહને સોંપી બહાર ગયા હતા.

બે દિવસ બાદ એ અમદાવાદથી આવ્યો. 'મા શું વાત છે? કેમ અચાનક?' આસપાસ કોઈ છે નહીં એની ચકાસણી કર્યા બાદ કંકુએ પોતાના પતિની રામ કહાણી પોતાના પુત્ર સમક્ષ રજૂ કરી. બેટા પૂનમની હાલત હું જોઈ નથી શકતી. એ ભણેલી ગણેલી છે, અમદાવાદની અંદર કોઈ સારું ઠેકાણું સારુ પાત્ર મળે તો મારે એને વળાવી દેવી છે. પતિ મરી જાય તો પત્નીએ શું ગુનો કર્યો? પૂનમે તો બિચારીએ થોડાક મહિનાઓનું જ લગ્ન જીવનનું સુખ ભોગવ્યું છે. તું તપાસ કર કોઈક સારું પાત્ર મળી જાય તો. કર્મરાજસિંહ પિતાને બરાબર ઓળખતો હતો. એને કહ્યું, 'બા મારી નજરમાં એક પાત્ર છે. હું પૂરેપૂરી તપાસ કરી તને અઠવાડિયામાં રિપોર્ટ આપું છું.' કર્મરાજે પિતા અંગે માને જે કહેવું હતું એટલું જ કહ્યું, 'પિતાના કાળા કરતૂત અને રંગરલિયાથી એ પૂર્ણપણે વાકેફ હતો. મા ને એ

જણાવી વધું દુઃખી કરવાનો ઈરાદો નહોતો. પરિસ્થિતિની ગંભીરતા એ પૂર્ણપણે સમજી ચૂક્યો હતો. પૂનમને ભાભી તરીકે જ માનતો અને પૂજતો હતો. કારણ કે કર્મરાજના જીવનમાં તો ગીની એની બાળપણની મિત્ર વર્ષોથી હતી અને ટૂંક સમયમાં એ લોકો લગ્નગ્રંથિથી બંધાવવાના હતા જેની જાણ સૌને હતી. મહિપતસિંહની જેમ જ ગીનીના પિતા પણ દરબાર હતા, એમની મોટી જાગીર હતી, ધનદોલત અને સંપત્તિ હતી, સરકારમાં એક વગ હતી. મજબૂત આગેવાનોના સાથ અને સહકાર સાથે એનું ઘર પ્રતિષ્ઠિત ગણાતું. ડિસ્ટન્સ લર્નિંગ દ્વારા ભણીને ગીની બી.એ. થઈ હતી. એણે આ વાત જાણી ત્યારે કર્મરાજને ચોખ્ખે ચોખ્ખું જણાવ્યું કે પૂનમ ભાભીને સારા ઘરે વળાવીએ તેમનું જીવન પણ સુખી થાય અને એમના આશીર્વાદથી આપણે પણ સુખી થઈએ અને માને પણ શાંતિ મળે.

કર્મરાજે અમદાવાદ આવી તપાસ કરી. એની સાથે પોલીસમાં જ કામ કરતો એનો એક મિત્ર જગતનો કાકાનો દીકરો જગદીશને એકવાર મળ્યો હતો. જગદીશ બ્રાહ્મણ હતો. સરકારી કોલેજમાં લાઇબ્રેરીયન તરીકે એની સારા પગારની નોકરી હતી અને બચેલા સમયમાં યજમાનવૃત્તિ કરતો. એને વિધવામાં સાથે રહેતો. પરણ્યા પછી પત્ની અને મા વચ્ચેના ઝઘડામાં એ પિસાતો રહ્યો. કંટાળીને પત્નીએ એની સાથે છૂટાછેડા લીધા. એ વાતને પાંચ વર્ષ થયા અને ત્યારબાદ હમણાં છ મહિના પહેલાં એની માતાનું મૃત્યુ થયું, એટલે એકલો રાંધી ખાઈને ઘરમાં રહે છે. બે રૂમ રસોડાનો ફ્લેટ છે. જગતના ઘરે બે મહિના પહેલાં દીકરાનો જન્મ થયો, ત્યારે આપેલી પાર્ટીમાં જગદીશ મળી ગયો હતો. રંગે

રૂપે રૂડો રૂપાળો છે. હવે એને સૌ સમજાવે છે કે ફરી વાર પરણી જા. પણ 39 વર્ષની ઉંમરે બીજું પાત્ર ક્યાંથી લાવવું. જગદીશ વિશેની તમામ માહિતી જગત પાસેથી મેળવી કર્મરાજે એ માહિતી મા ને પહોંચાડવાનું કામ કર્યું.

ચક્રો ગતિમાન થયા અને ઈશ્વર જાણે સાથ દેતો હોય એમ પાસા પોબાર પડ્યા. કંકુ અને ગીનીએ સાથે મળીને પૂનમને સરસ રીતે સમજાવી પૂનમ તૈયાર થઈ. કર્મ રાજ અને જગતે ભેગા મળીને જગદીશને સમજાવ્યો. જગદીશ પૂનમને જોવા અને મળવા તૈયાર થયો. પૂનમને જોતાં એણે મનથી હા પાડી દીધી અને પૂનમે નવ વર્ષના વય ભેદને ચલાવી જગદીશ સાથે ઘર માંડવાની તૈયારી બતાવી. બાકીની કામગીરી સંભાળી લીધી ગીનીએ. એણે એના પિતા અને માતા અને ભાઈઓને આખી બાબતનો ચિતાર રજૂ કર્યો. પોતાની દીકરીના સત્કર્મને સાથ આપવા એ પરિવારે ગીનીને સહકાર આપ્યો. બહુ સદાઈથી જગદીશ અને પૂનમ પરણી ગયા. પૂનમના મા-બાપને પણ આ અંગે જાણ કરી હતી અને એ લોકોએ પણ કંકુની વાતમાં સહમતી દર્શાવી. મહિપતસિંહની જાણ બહાર લગ્ન થયા. મહિપતસિંહ ક્રોધિત થયો, કંકુને જાણ હતી એણે કહ્યું પણ હતું બહુ બહુ તો શું થશે? મને મારી નાખશે હવે મને જીવવામાં કોઈ રસ પણ રહ્યો નથી. ગીનીના પરિવારના લોકોની હાજરીથી મહિપતસિંહ ઠંડો થઈ ગયો. થોડા ધમ પછાડા કર્યા. કર્મરાજસિંહે ગોઠવણ જે કરી હતી, એ મુજબ પોલીસ અધિકારીઓની હાજરીને કારણે મહિપતસિંહનું કશું ચાલ્યું નહીં. એક મહિના સુધી એ ઘરની બહાર રહ્યો. ગુસ્સો ઉતર્યો અને ઘરે

આવ્યો ત્યારે કંકુએ પ્રેમથી પોતાનો ખાટલો રૂમમાંથી અલગ કરી દીધો હતો.

કંકુને હતું કે મહિપતસિંહ એની સાથે ગાળી ગળોચ કરશે, આટલા વર્ષોમાં નહીં ઉપાડેલો હાથ પણ ઉપાડે. વાતાવરણ ગંભીર હતું અને મહિપતસિંહ બેચેન બની પોતાના રૂમમાં આંટા મારતો હતો. મોડી રાત્રે મહિપતસિંહે કંકુના રૂમમાં આવી કહ્યું, 'કંકુ મારે તારી માફી માગવાની છે. તે આપણા આખા પરિવારને મુક્ત કર્યો છે. મારા મનમાં શેતાન સવાર થયેલો. હું ભાન ભૂલી બેઠેલો હતો, હું ન કરવાનું કરે બેસત પણ તે બહુ જ સરસ રીતે સિફતાઈથી પૂનમને ખસેડી દીધી. હું નસીબદાર છું કે મને તારા જેવી પત્ની મળી હવે જીવનમાં આવી ભૂલ હું કદી નહિ કરૂં.' બે ઘડી કંકુ એની સામે જોતી રહી. 40 વર્ષ પહેલાંની દાદીની વાત એને યાદ આવી. ધણી બહાર ગમે ત્યાં ચરીને આવે પણ આવે તો ઘરે જ. સાચવવો કઈ રીતે, તે સ્ત્રી પર આધારિત છે. આંખમાં ઝળઝળીયાં સાથે કંકુ બોલી લ્યો, 'ચાલો હવે, તમે એકલાં જ આ ઢાળીઓ આપણા રૂમમાં મૂકશો કે પછી ત્યાં જ બહારથી દોડતો જયવીરસિંહ આવી માને પગે પડી ગયો, 'મા તું સાક્ષાત લક્ષ્મી છો, તારા લીધે આ ઘર અને અમે બધાં સુખી થયાં અને થઈશું. મને ડર હતો કે બાપુ તારા રૂમમાં આવીને તારી સાથે કંઈક એવું વર્તન કરે તો હું તારા બચાવ માટે બહાર લપાઈને ઊભો હતો. મને માફ કરજે.' કંકુ જયવીરસિંહના માથે હાથ મૂકી બોલી, 'બેટા, ઈશ્વર જે કરે એ સારા માટે જ કરે એવું માનીને જીવવું.' જયવીરસિંહ ભીના હૈયે રૂમની બહાર નીકળી ગયો અને કંકુ એના પતિના રૂમમાં પ્રભુનો મનોમન પાડ માનતી રવાના થઈ.

19. બે ગુલાબી લીટી

સીમા અપલક નયને બારીની બહાર જોઈ રહી હતી. એના વાંકડિયા ખભા સુધી પથરાયેલા વાળ, એનું સ્નાયુબદ્ધ અને સુડોળ શરીર એને રમતવીર તરીકે પ્રમાણિત કરતું હતું. પગ પર પગ ચઢાવી વાંકી વળેલી પીઠ સાથે બેઠેલી સીમા સુંદર અને આકર્ષક લાગતી હતી. નચિકેત સાથે થયેલા લગ્નને હવે છ મહિના પૂરા થવા આવ્યા હતા. સાંસારિક સુખની પરિતૃપ્તિ અને સંતોષ એના મુખ પર તરવરતો હતો. મા-બાપ સાથે નારોલ વિસ્તારમાં રહેતી. સાવ સામાન્ય પરિવાર. એના પિતા એક કાપડની દુકાનમાં કામ કરતા. માતા ગૃહિણી હતી ઓછી આવકમાં એમણે સીમાને સારા સંસ્કાર આપી ભણાવી. ભણવામાં હોશિયાર એવી સીમા ફાકડું ટેબલ ટેનિસ રમતી. સ્કૂલથી જ તાલુકા કક્ષાએ, જિલ્લા કક્ષાએ અને રાજ્યકક્ષાએ ટેબલ ટેનિસ રમતાં પ્રગતિ કરતા સીમાને ઘણા બધા સર્ટિફિકેટ, મેડલ્સ અને ટ્રોફીઓ પ્રાપ્ત થઈ ચૂકી હતી. આ ટેલેન્ટને ધ્યાનમાં રાખી એ જ્યારે બેંક રિક્રુટમેન્ટ બોર્ડની પરીક્ષામાં પાસ થઈ કે તેને તરત જ રાષ્ટ્રીયકૃત બેંક "પંજાબ નેશનલ બેંક"ની અંદર નોકરી મળી ગઈ. ઘરમાં આનંદનું વાતાવરણ છવાઈ ગયું.

એલ.ડી.સીમાંથી એ યુ.ડી.સી બની. પગાર આવતાની સાથે ઘર, પહેરવેશ અને ખાણામાં પરિવર્તન આવ્યું. રમત ગમતના લીધી સ્ત્રી સહજ કોમળતાનો એનામાં અભાવ હતો. એની બેંકની નોકરીને કારણે એની જ્ઞાતિમાંથી ઘણા સારા પાત્રોના માગાં

આવતાં હતાં. સીમાના મામાના ઓળખાણમાં નચિકેતના માતા-પિતા થતા. નચિકેતનું માગું પણ સીમાના મામાજ લઈને આવ્યા હતા. તેના મામાનો સીમા અને તેના કુટુંબ પર અનેક ઉપકારો હતા. સીમાના પરિવારને પાળવા-પોષવામાં તેમજ સીમાના અભ્યાસ અર્થે, ટેબલ ટેનિસના ખર્ચા માટે મામા યથાશક્તિ મદદ કરતા હતા.

નચિકેતને જોયા પછી એ સીમાને ખૂબ પસંદ આવી ગયો. ફાર્માસ્યુટિકલ કંપનીમાં નોકરી કરતો નચિકેત સોહામણો અને ચોકલેટી હતો. સગાઈના ત્રણ મહિના બાદ તરત જ એમનાં લગ્ન લેવાયાં. પુત્રવધૂ તરીકે આવ્યા બાદ એક મહિનામાં જ સીમાને સાસુના તેવરની ખબર પડી ગઈ. આખો દિવસ ધંધાર્થે અને નોકરીના કામે બહાર રહેતો નચિકેત રાત્રે માત્ર પથારીનો સગો હોય, એવું સતત સીમા અનુભવતી. લગ્નના ત્રણ મહિના પછી એના સાસુ જયાબહેને જીદનો મારો ચલાવ્યો કે 'મને વારસ જોઈએ. આપણા સૌ સગા વહાલાંને ત્યાં, મારા સાસરી અને પિયર પક્ષે બધાંને, ત્યાં વહુઓએ એકાદ વર્ષની અંદર જ સારા સમાચાર આપ્યા છે.'

રોજની આ ટકટકથી સીમા કંટાળી ગઈ હતી. વારંવાર પોતાના પ્રિય પતિદેવને જણાવવા છતાં એ વાતને હસીને ઉડાવી દેતો. પાંચ મહિનાના લગ્ન જીવનમાં એ ત્રણવાર ધંધાના કામ અર્થે, બહાનું બનાવીને ગમે તે રીતે 3-5 દિવસ એકલો બહાર ગામ જઈ આવ્યો હતો. સીમાએ એ પણ નોંધ લીધી હતી કે હવે એના મોબાઇલ ફોનમાં આઇ કોન્ટેક્ટ લૉક હતું. એક બે વખત

અડધી રાત્રે એની આંખ ખુલી ત્યારે નચિકેત હસીહસીને ગેલેરીમાં ઊભો રહી ફોનમાં વાતો કરતો. સીમાને એનું વર્તન અયોગ્ય લાગ્યું હતું. પણ એ ચૂપચાપ આંખો બંધ કરીને પડી રહી હતી. બાથરૂમમાં પણ નચિકેત ફોન લઈને જતો. સગાઈના સમયગાળા દરમિયાન એને નચિકેતે જણાવ્યું હતું કે એને ઘણી બધી બહેનપણીઓ હતી પણ લગ્ન પછી હવે એવું કંઈ જ નહીં રહે! એવી ખાતરી પણ આપી હતી. સીમા સતત એવું અનુભવતી કે નચિકેત અને એનો પરિવાર માત્ર અને માત્ર એની બેન્કની નોકરી દ્વારા પ્રાપ્ત થતા નાણા અને લાભો તરફ રસ ધરાવે છે. સીમાની લાગણી, જરૂરિયાત અને મનમાં ઉઠતા ભાવો સાથે એમને કોઈ સંબંધ નથી. સીમા એમને મન કામ કરવાવાળી બાઈ અને બેંકમાં નોકરી કરતી હોવાથી સામાજિક મોભો આપતી એક વ્યક્તિથી વધારે કોઈ જ સ્થાન ધરાવતી નહોતી.

કેટલીયવાર એના સાસુ અને ઘરના બીજા સભ્યો બોલી ચૂક્યા હતા કે 'ક્યાં અમારો નચિકેત રાજાના રાજકુમાર જેવો લાગે છે અને ક્યાં સીમા!' આ તો ઠીક. રાત્રે સીમા આ વાત જણાવતી ત્યારે નચિકેત એ વાતને સાંભળ્યું ન સાંભળ્યું કરી દેતો. સીમાની ચાંપતી નજર નચિકેત ઉપર હતી જ તેમ છતાં આ વખતે ધંધાનું કામ છે, ઓર્ડર મોટો લેવાનો છે, એમ કહી એક અઠવાડિયાનું કહી એ પુના જવા રવાના થયો હતો. સીમાને ગમ્યું નહીં! કારણ કે આ વખતે એને પોતાના શરીરમાં કંઈક વિચિત્ર ફેરફારો અનુભવાયા હતા અને આમેય આજે 20 મી તારીખ તો થઈ એને કૅલેન્ડર ઉપર 20 તારીખ ઉપર ચક્કર કર્યું હતું.

સાસુના રોજબરોજના મહેણાં ટોણાને પરિણામે એણે કંઈ કેટલાય ભગવાનોની બાધા લીધી હતી. આ મહિને જો સારા સમાચાર મળે તો હનુમાનજીને તેલ ચઢાવીશ, ગણપતિબાપાને મંગળવારે શ્રીફળ વધેરીશ, સોમવારે શંકરદાદાને આખી અમુલ ગોલ્ડની થેલી દૂધ ચઢાવીશ, અને એની પ્રાણ પ્યારી એવી મા જગદંબાને નમીને એણે પ્રાર્થના કરી હતી માં' મને જો સારા દિવસના સમાચાર હશે તો બાળકના જન્મ પછી પહેલાં દર્શન હું અંબાજીના કરીશ.' એ રોજ માં જગદંબાને પ્રાર્થના કરતી કે મારું માર્ગદર્શન કરજે. મારું જીવન સુધારજે. મને મારા જીવનમાં યોગ્ય રસ્તો બતાવી યોગ્ય શક્તિ પ્રદાન કરજે, જેથી હું સાચા અને સચોટ નિર્ણયો સમયે લઈ શકું. એટલામાંજ સાસુ જયાબહેનનો અવાજ સંભળાયો. 'મહારાણી ક્યાં સુધી આમ બેસી રહેશો?' સીમા ઝડપથી ઊભી થઈ અને રસોડા તરફ વળી. આમેય દસ વાગ્યા હતા. વળી આજે રવિવાર પણ હતો. નચિકેતની ગેરહાજરી એને ખટકતી હતી. સાસુ ફરીથી બોલ્યા, 'હે ઈશ્વર મારા દીકરાના ઘરે ઝડપથી પારણું બંધાય એવું કંઈક કર.' બડબડાટ સતત ચાલુ હતો અને એને કાને ધર્યા વગર સીમા રસોડાનું કામ ઝડપથી આટોપી રહી હતી.

ટીવી, રેડીયો, ફોનની સાથે સાથે સાસુની પૂજા ચાલી રહી હતી. અને સસરા શ્રી ઘરની બહાર નીકળી ગયા હતા. ત્રણ જણાની રોટલી કરતા કોણ જાણે કેમ સશક્ત અને મજબૂત એવી સીમાને જરા ચક્કર જેવું લાગ્યું. મનથી તે ખૂબ ખુશ થઈ. જાતે જ લીંબુનું પાણી બનાવી પી લીધું. બસ હવે સમય પાકી ગયો હતો. તૈયાર થઈ ગયેલી બધી રસોઈને વ્યવસ્થિત કરી એ પોતાના રૂમ

ભણી દોડી. કબાટમાંથી એને બહુ જ સાચવીને રાખેલું 'પ્રેગ ટેસ્ટ' માટેનું પેકેટ કાઢ્યું. માં જગદંબાને મનથી પ્રાર્થના કરી. બાથરૂમ તરફ ઊપડી. સાત જ મિનિટમાં એ હસતા મોઢે બહાર આવી. ટેસ્ટ પોઝિટિવ હતો. બે ગુલાબી લીટી જોઈ એ મનોમન અત્યંત ખુશ થઈ. એ ટેબલ પર મૂકી ઝડપથી આવી બાને વળગી પડી. 'બા તમારી પૂજા ફળી તમે દાદી બનવાના છો.', 'સાચે!' જયાબહેને ભગવાનને વંદન કરી વહુના ઓવારણાં લીધા. હાશ... મારા ઘરને તું વારીસ આપીશ ખરી. ગોળની ગાંગડી પોતે ખાધી અને વહુને મોઢામાં આપતા બોલ્યા, 'કાલ ગમે તે ભોગે ડૉકટરને બતાવી આવજે. મનથી સીમાએ નક્કી કર્યું હતું કે સારામાં સારા ડૉકટર પાસે પોતે જશે. થોડીક વાતચીત કર્યા પછી એને એવું લાગ્યું કે નચિકેતને આ સમાચાર આપવા જોઈએ.

એક વાગ્યો હતો અને સસરાજી હજી બહારથી આવ્યા નહોતા. અને વધુ વિચાર્યા વગર આ ખુશ ખબર આપવા માટે એણે ફટાક દઈને નચિકેતનો ફોન ડાયલ કર્યો. ચોથી રિંગે ફોન ઉપાડ્યો. ખૂબ દબાયેલા અવાજે નચિકેત બોલ્યો, 'હું અત્યારે મિટિંગમાં છું, અત્યારે મને ફોન ના કર મેં તને ના કહી હતી ને!' પાછળથી એક નશીલો મીઠો સ્ત્રી સ્વર સંભળાતો હતો. 'ડાર્લિંગ તે તો મને એવું કહ્યું હતું કે અઠવાડિયા સુધી આપણને કોઈ જ ડિસ્ટર્બ નહીં કરે, આ કોનો ફોન હતો?' બોલાયેલા શબ્દો બરોબર સીમાએ સાંભળી લીધા હતા. એની સ્માર્ટનેસને લીધે એ ફોન એણે રેકોર્ડ પણ કરી લીધો હતો. પતિને ખુશ ખબર આપશે તો એના મીઠા પ્રતિભાવને પતિ આવે ત્યાં સુધી મમળાવવા માટે કાફી થઈ રહેશે એ વિચારે ફોન રેકોર્ડ કર્યો હતો પણ એને બદલે જાણે માં

જગદંબાને કરેલી સ્તુતિ અને અંતઃકરણની પ્રાર્થનાનો જવાબ મળતો હોય એમ નચિકેતનું ખરું રૂપ આજે એની સામે આ દ્વારા સ્પષ્ટ થયું એવું અનુભવ્યું.

ફોન મૂક્યા પછી રેકોર્ડિંગ બે-ત્રણ વાર સાંભળ્યા પછી એણે નિર્ણય લઈ લીધો. સાસુ-સસરાની હાજરીમાં જ એણે બેગ ભરી અને તૈયારી કરી લીધી. કવર સાસુના હાથમાં મૂકીને મેસેજ છોડી દીધો. પ્રિય નચિકેત, પતિ તરીકે મેં તને માન્યો હતો પણ પત્ની તરીકે તું મને ક્યારેય સ્વીકારી ન શક્યો. આજે આ બે ગુલાબી લીટીએ મારુ જીવન બદલી નાખ્યું છે. સંતાનની ખુશી તો હું અનુભવીશ જ, પણ હવે હું તારી જોડે નહીં રહું. તારા લફરાની તો મને ગંધ ક્યારનીય આવી ગઈ હતી, પણ હવે હું તને છોડીને કાયમ માટે જઈ રહી છું. ડિવોર્સ પેપર તને મળી જશે અને આ ફોનમાં રહેલો પુરાવો પેપર ઉપર સહી કરવા માટે તને મજબૂર કરશે. બેંક તરફથી મને ક્વાટર મળેલું છે એટલે હું ત્યાં જતી રહીશ અને મારા મા-બાપને જો મારી સાથે રહેવું હશે તોય આવકાર્ય છે. બાકી તું કે તારો પરિવાર હવે મારી જિંદગીમાં ક્યારેય નહીં જોઈએ અને તારા લફરા તને મુબારક. સીમા એના માતા-પિતાના ઘરે જવા રવાના થઈ ગઈ અને અંબામાતાની છબીને હૃદય સાથે રાખી એ બોલી, 'માં મારું જીવન તે બદલી નાખ્યું છે. હવે શું કરવું એનો નિર્ણય હું પછી શાંતિથી વિચારીને કરીશ.....'

20. ચચરાટ

બેંકમાંથી છૂટ્યા પછી અર્ચના એક્ટિવા પાર્ક કરી સીધી રસોડામાં દોડી. નીલાભાભીને કમરથી પકડી ડરાવી દીધા. 'અરે અરે અર્ચના હું પડી જઈશ, શું કરે છે તું?' પણ અર્ચના નીલા ભાભીનું કંઈ જ સાંભળવાના મૂડમાં નહોતી. પોતાની ચામડાની પર્સને ડાઇનિંગ ટેબલ ઉપર મૂકતાં હાથમાં રહેલાં બે પેકેટ્સ એણે નીલાભાભીના હાથમાં મૂકી દીધાં, 'લો, આ સ્પેશ્યલ તમારા માટે અને આપણે આ જ પહેરીને જાંબુઘોડા પરમ દિવસે સવારે એટલે કે શનિવારે પરિવાર સાથે જવાનું છે. અમે ત્રણ અને તમે ચાર. ખૂબ મજા કરીશું આપણે. મેં રિસોર્ટમાં ત્રણ દિવસનું બધું બુકિંગ કરાવી દીધું છે.' નીલાભાભી આશ્ચર્યચકિત બની અર્ચનાની સામે જોઈ રહ્યાં અને અર્ચનાએ પ્રેમથી તેમની સામે આંખ મારીને કહ્યું, 'આપણે ખૂબ મજા કરીશું. મુક્ત બની ગગનમાં વિહારીશું જલસાજ જલસા.'

બંને જણાનો અવાજ સાંભળી એમના સાસુ વિજયાબહેન હાથમાં માળા સાથે બહારથી રસોડામાં પ્રવેશ્યાં. 'અલી બે જણીઓ શું ધમાલ કરો છો?' નીલાએ ધીમેથી કહ્યું, 'બા, અર્ચના અને મેં સાથે મળી ત્રણ દિવસ પિકનિકનો પ્રોગ્રામ બનાવ્યો છે. તો તમે અને બાપુજી પણ ચાલો.' બા હસતા હસતા બોલ્યા, 'ના.. ના છોકરાઓ તમે સૌ જઈ આવો. અમે તો અહીંયાં ઠીક છીએ. અમારી ચિંતા ના કરતાં! હું બે ટંકનું રાંધી નાખીશ. આખી જિંદગી રસોડું છૂટ્યું નથી તો હવે છોકરાઓને લઈને ફેરવતા આવો. બિચારાં

આખો દી' ભણી ભણીને ઊંધા વળી જાય છે.' અર્ચના આ વાર્તાલાપ સાંભળતી રહી અને એના કાળજે ઠંડક થઈ, 'હાશ!'

અમદાવાદમાં સોની બજારમાં સરસ મજાની દુકાન ધરાવતા વાસુદેવ ભાઈ, પત્ની વિજયાબહેન. મોટો દીકરો મયંક અને પુત્રવધૂ નીલા એને બે બાળકો ઈશા અને હર્ષ. વાસુદેવભાઈની સાથે સોની બજારની અંદર મયંક એમને સાથ આપતો, દુકાન સંભાળતો. જ્યારે વાસુદેવભાઈનો બીજો દીકરો એટલે અતુલ. એ સી એ થયો હતો. Icici બેંકની અંદર નોકરી કરતો, બાકીના સમયમાં દુકાન ઉપર પણ ધ્યાન આપતો અને એ પછીના સમયની અંદર ઘરમાં એણે ઓફિસ કરી હતી. અર્ચના એમ.કોમ થઈ સ્ટેટ બેંકમાં નોકરીએ લાગી. અતુલ સાથેના બેંકના કામકાજને લીધે સંપર્ક થયો હતો અને ધીમે ધીમે મૈત્રી અને પછી એ સંબંધ પ્રેમમાં પરિણમ્યો. ફર્યા-ફર્યા બાદ બંનેને એવું લાગ્યું કે એ લોકો લગ્ન કરી સાથે જીવશે તો સંસાર વધુ રસપ્રદ રહેશે. અતુલે પોતાના ઘર વિશે વાત કરીજ દીધી હતી એમના મમ્મી વિજયાબેનનું ઘરમાં શાસન હતું. વાસુદેવભાઈએ શૂન્યમાંથી સર્જન કર્યું હતું અને વિજયાબહેને પોતાની કોઠાસૂઝ, આવડત અને કૌશલ્યથી પોતાનું જીવન પોષ્યું હતું. પરિવારને તૈયાર કર્યો હતો. કરકસરમાં પણ બંને છોકરાઓને સંસ્કાર આપી સારામાં સારું શિક્ષણ આપી એમનું જીવન ઘડતર કર્યું હતું. પહેલા દિકરા મયંકના લગ્ન પછી નીલા ઘરમાં આવી, જે એકદમ રૂઢિચુસ્ત ગ્રામીણ પરિવારમાંથી આવતી હતી. શહેરની મોકળાશ પતિનો પ્રેમ અને શહેરી વાતાવરણ અને, કલ્ચર ખૂબ પસંદ આવી ગયાં. પોતાના ગ્રામીણ વિસ્તાર અને પરિવાર કરતાં મુક્તતા ભરેલું

વાતાવરણ હોઈ વિજયાબહેનના હાથ નીચે સાસુ તળેની વહુ બની એ જીવતી. લગ્ન જીવનના 10 વર્ષમાં આઠ વર્ષની દીકરી અને પાંચ વર્ષનો દીકરો થયેલા જેને સાસુ છાતી પર રાખતા.

મયંકના લગ્ન પછી બરાબર પાંચ વર્ષ બાદ અર્ચનાનું આગમન થયું અને અતુલના અર્ચના સાથે લગ્ન થયાં. શરૂઆતમાં તો અર્ચનાને આ સંયુક્ત કુટુંબમાં સેટ થતાં સમય લાગ્યો. એના ઘરે તો એના મમ્મી-પપ્પા ને એ, એમ ત્રણ જણા હતા. ત્રણે જણા હળી મળી સંપીને ઘરનું બધું જ કામ કરતાં. ઘરના નિર્ણયો લેતાં. વટવ્યવહાર થતા. ખરીદી કે ઘરમાં લાવવા મુકવાની બાબતના નિર્ણયો સાથે મળીને લેતાં. અહીંયાં લગ્ન પછી તો બધાંજ નિર્ણયો વિજયાબહેન લેતાં. દર વર્ષે વહુઓને લગ્ન તિથિએ, જન્મ તારીખે, દિવાળીએ એમ ત્રણ વખત દાગીનો અને કપડા મળતા. સામાજિક વટવહેવારોના નિર્ણય પણ વિજયાબહેન જ લેતાં. ટૂંકમાં આર્થિક, સામાજિક અને પારિવારિક નિર્ણયની જવાબદારી વિજયાબહેનની રહેતી. ઘરના તમામ સભ્યોને એક તાંતણે બાંધી એ કુશળતાપૂર્વક સંચાલન કરતાં. એમની ગણતરી આટલા વર્ષોથી ખોટી પડી નહોતી. એટલે જ એ પરિવારમાં સન્માનિય અને આદર ભર્યું સ્થાન મેળવી ચૂક્યાં હતાં.

પગાર આવતાં સૌએ રૂપિયા એમના હાથમાં મૂકી દેવા પડતા. અર્ચનાને આ ગમતું નહીં. એણે ઘણી વખત અતુલ આગળ એ વાતનો ઘણો જ બળાપો કાઢ્યો હતો. અતુલ એને કહેતો, 'તારે જે લેવું હોય એ ખરીદવું હોય મને કહી દેવાનું હું તને રૂપિયા આપી દઈશ, બા જોડે કકળાટ નહીં કરવાનો.' નીલા અને મયંક કંઈ ખાસ

ભણેલાં નહોતાં, એટલે એમને બાનો વિરોધ કરવાની આવડત પણ નહોતી અને એવી માનસિકતા પણ નહોતી. જ્યારે અર્ચના ભણેલી હતી, સ્વાવલંબી હતી. એનો ઉછેર મુક્ત વાતાવરણમાં થયો હતો. એને પોતાના ગમાઅણગમા હતા. અતુલ સી.એ થયેલો હોઈ એની કમાણી પણ વધારે રહેતી હતી. નીલા બધું સમજતી હતી. એટલે જ એણે કુશળતાથી ઘરના રસોડાનું સંચાલન પોતાના હાથમાં રાખ્યું હતું. કપડાં મશીનમાં ધોવાઈ જતાં. વાસણ અને કચરા-પોતા માટે કામવાળી બાઈ આવી જતી. નીલા અર્ચનાને કહેતી, 'તું કમાય છે ને! એટલે તારે ઘરનું કામ નહીં કરવાનું.' રસોઈ બંને જણાં સાથે મળીને કરતાં. વીણવા, ચૂંટવાનું કામ, કપડાં વાળવાનું કામ, જે બેઠા બેઠા થઈ શકે એવું તમામ કામ વિજયાબહેન સંભાળતાં. એમની ચાંપતી નજર આ વહુઓના કામકાજ ઉપર રહેતી. બહારથી લાવવા મુકવાની જવાબદારી વાસુદેવભાઈ અને મયંકની રહેતી. અતુલ અને અર્ચના ઘરનો મોટાભાગનો નાણાકીય હિસ્સો આપતાં. આ વખતે અર્ચનાએ નક્કી કર્યું હતું કે, 'અંશ હવે ચાર વર્ષનો થયો છે. સારા ખોટાની સમજ બાલમંદિરમાં જવાથી આવી ગઈ છે.'

મયંકભાઈ પોતે અને નીલા ભેગા મળીને અતુલ અને અર્ચનાને ખૂબ સરસ રીતે સાચવી લેતાં. નાનકા અંશને પણ બધાં પોતાના પરિવારનો એક લાડકો સભ્ય ગણી કાળજીથી સાચવતાં. કમાવા સિવાય અર્ચના ભાગે બીજું ખાસ કશું કામ આવતું નહીં. એટલે એણે પોતાના જ્ઞાનનો લાભ પોતાના જેઠના બંને છોકરાઓને આપવાનું નક્કી કર્યું હતું. ત્રણેય છોકરાઓને એ જાતે ભણાવતી હતી. જેની સીધી અસર ત્રણેના પરિણામ ઉપર દેખાતી.

પ્રસંગોપાત એ પ્રેમથી ઘરના સભ્યો માટે કંઈકને કંઈક વસ્તુ લાવી પોતાનું મહત્વ દર્શાવતી હતી.

આ વખતે પગાર વધારાની રકમની જાણ એણે વિજયાબહેને કરેલી જ નહીં. એમાંથી એણે જાંબુઘોડા જવાનું પ્લાનિંગ કરી દીધું હતું. બંને દેરાણી જેઠાણીના સરખાં કપડાં થાય એ આશયથી બેય દિવસના ટીશર્ટ પેન્ટ સરખા એક દિવસના લાલ અને બીજા દિવસના પીળા અને જીન્સની પેન્ટ એ Westsideમાંથી ખરીદીને લાવી હતી. અતુલને તો પ્લાનિંગની એ દિવસે સવારે જ ખબર કરી દીધી હતી કે બધું ઓકે છે કન્ફર્મ છે. પિકનિકની વાતથી ઘરમાં આનંદનો માહોલ હતો. છોકરાઓ ખુશ ખુશ હતાં. થોડો ઘણો નાસ્તો બહારથી મંગાવી દીધો અને વેફર અને બિસ્કીટને એવું બધું તો અર્ચના જોડે લેતી જ આવી હતી, એટલે ફટાફટ પેકિંગ થઈ ગયું. બીજા દિવસે સવારે જવાનું હોઈ રાત્રે સૌ વહેલા સુઈ ગયાં.

સવારે એ લોકો ઉઠ્યાં ત્યારે, વિજયાબહેન ઘરમાં નહોતા. નીકળતી વખતે પગે લાગવાના બહાને સૌ તપાસ કરી આવ્યા પણ વાસુદેવભાઈ માત્ર એટલું જ બોલ્યા, 'રાત્રે સમાચાર આવ્યા છે અને એના માસીની છોકરીની તબિયત અચાનક બગડી છે, એટલે એ અને એના ભાઈનો સૌથી નાનો દીકરો મહેશ એ બંને જણા ગાડી કરીને ત્યાં ગયાં છે. તું મારી ચિંતા ના કરીશ સાંજે તો એ પાછા આવી જશે. અને મારું ટિફિન તો મહેશને ઘરેથી આવવાનું છે. તમે સૌ જાઓ.' કલબલાટમાં સૌ જાંબુઘોડા જવા રવાના થયાં. બે દિવસ મન ભરીને જીવ્યા. ખૂબ આનંદ કર્યો.

અર્ચનાને તો દરેક બાબતમાં વિજયાબહેનની જોહુકમી ગમતી નહીં. 'મમ્મી આપણી લાઇફમાં બહુ દખલગીરી કરે છે. આવું તો ચાલતું હશે! આપણને પણ આપણા રૂપિયા આપણી જાતે ખર્ચવાનો અધિકાર છે. આપણી પસંદગીની વસ્તુઓ ખરીદવાનો આપણને ઉમળકો ના હોય! આપણને આપણા વટવ્યવહાર કરવાનો હોંશ ના હોય? આપણામાં શું બુદ્ધિ નથી? આપણે ભણેલા નથી? આ તો ઠીક આપણે ચલાવીએ છીએ આજકાલ કોઈ વહુ આવું ચલાવતી નથી.' એના મનમાં વિજયાબહેનની પ્રત્યેનો, એની સાસુપણાની વૃત્તિનો જે ચચરાટ હતો એ દર્શાવાઈ ગયો. અતુલે સિફ઼તાઈથી વાત વાળી લીધી. 'હશે! બા જેટલું જીવ્યાં એટલું જીવવાનાં નથી, એ પછી તારે અને નીલા ભાભીએ જ ભેગા થઈને ઘર ચલાવવાનું છે. મને પૂરેપૂરો વિશ્વાસ છે કે એમનાથી પણ સરસ તમે લોકો સંચાલન કરશો, કેમ કે એમના અનુભવનો લાભ તમને મળ્યો છે અને તમારા પોતાનામાં પણ હુન્નર છે જ.' એટલામાં અંશના હાથમાંથી ફૂટબૉલ સીધો આવીને અર્ચનાના પગમાં પડ્યો. ઈશા અને હર્ષ એની પાછળ દોડતાં આવ્યાં ત્રણે જણાં રમતમાં એવાં મગ્ન બનીને કિલ્લોલ કરતા જોઈ સૌના મનમાં પણ બાની વાતનો વિષય ખસી ગયો. ત્રણેય છોકરાઓના કલબલાટથી વાતાવરણમાં પ્રસન્નતાનો રંગ પથરાઈ ગયો.

ખૂબ મજા કરી એ લોકો અમદાવાદ સાંજે ત્રણ દિવસ પછી પાછાં આવ્યાં. શનિ રવિ અને સોમવાર. આવતાં જ સામાન ઉતરતા જ સામે બેઠેલા બા ઉપર સૌની નજર પડી. સૌ દોડતા બા પાસે પહોંચી, ખબર અંતર પૂછવા લાગ્યાં. બા એ શાંતિથી જવાબ આપ્યો, 'તમે સૌ બેસો. અર્ચના અને અતુલ તમે ઝડપથી તૈયાર

થઈ જાવ, તમારે મારી સાથે બહાર જવાનું છે.' મયંકને થોડી નવાઈ લાગી પણ નીલાતો સાસુની આ વર્તણુકથી જાણે ટેવાઈ ગઈ હોય એમ કામે વળગી ગઈ. ભૂલકાઓ પોતપોતાનાં રૂમમાં જવા લાગ્યાં. બાએ અર્ચનાને કહ્યું, 'બેટા! તું જલ્દી તૈયાર થઈ જા.' મહેશને તો ગાડી ચલાવતા આવડતું એટલે એની ગાડી લઈને જ આવ્યો હતો. એની ગાડીમાં સૌ અમદાવાદની એસજીવીપી હોસ્પિટલમાં આવ્યાં.

વિજયાબહેન વાસુદેવભાઈ, મહેશ, અતુલ અને અર્ચના પાંચે જણા ઈમરજન્સી વોર્ડની અંદર પ્રવેશ્યાં ત્યાં સુધી અર્ચના શું થઈ રહ્યું છે, એ સમજીજ ન શકી. 103 સ્પેશ્યલ રૂમની અંદર દાખલ થતા ખાટલા પર એના પિતાને સુતેલા એણે જોયા. મોઢા પર માસ્ક અને મોનીટરીંગ કરતું મશીન. અર્ચનાની આંખમાંથી આંસુઓ સરી પડ્યાં, 'અરે આ શું થયું? કેમ મને જાણ ના કરી.' અતુલ અને અર્ચનાને ઇન્દુબહેને હળવે હાથે બહાર લઈ આવ્યા. 'બેટા શુક્રવારે રાત્રે તારા પિતાને તકલીફ થઈ અને પછી છાતીમાં દુખાવો ઉપડ્યો. પડોશીઓની મદદથી 108 બોલાવી અને હોસ્પિટલમાં લાવ્યા. એ બધી ધમાલમાં રાતના 12:00 વાગી ગયા. તને મોબાઇલ ઉપર પુષ્કળ ફોન કર્યા પણ તારો ફોન સ્વિચ ઓફ આવતો હતો. અતુલકુમારનો ફોન પણ બંધ હતો.' અતુલ તરત બોલ્યો, 'ક્લાઈન્ટ રાત્રે પણ જંપવા દેતાં નથી, એટલે મેં મોબાઇલ એરોપ્લેન મોડમાં મૂક્યો હતો.' અર્ચનાએ કહ્યું, 'કાયમ અતુલનો ફોન ઓન હોય છે એટલે મેં મારો ફોન ફુલ બેટરી ચાર્જ કરીને સ્વિચ ઓફ કરી દીધો હતો.' ઇન્દુબહેન બોલ્યાં, 'એટલે જ કંટાળીને પછી મેં લેન્ડલાઈન ઉપર તારા ઘરે ફોન કર્યો.

વિજયાબહેને ફોન ઉપાડ્યો. મહેશભાઈ અને એ તાત્કાલિક અહીં આવ્યા. એટલું જ નહીં બેટા 20 લાખ રૂપિયા રોકડા લઈને આવ્યાં હતાં અને પછી એ પૈસાથીજ તારા પપ્પાનું ઓપરેશન થયું.' અર્ચના સાંભળી સ્તબ્ધ થઈ ગઈ. 'એટલું જ નહીં બેટા એમને એટલી હદે કહ્યું કે આ પૈસા અમને પાછા આપવાના નથી, આ તમારી દીકરી અર્ચનાના જ પૈસા છે. દર મહિને તમારા લોકો પાસેથી રૂપિયા ઘર ચલાવવા લેતા એજ આ પૈસા એમણે રાખેલા. અને એ તમારો દીકરો જ છે, એની જ કમાણીમાંથી એના પિતાની સારવાર થાય એમાં શું નવાઈ?'

અર્ચનાની હાલત તો ન સમજાય તેવી કફોડી થઈ ગઈ હતી. જે સાસુ પ્રત્યે એને અણગમો દાખવ્યો હતો. જેમની કાર્યકુશળતા માટે, એમની સલાહ સૂચના માટે એના હૃદયમાં કંઈક નિરાશાના સુર ઉદ્દભવતા, એજ વ્યક્તિનું આવું સંસ્કારી રૂપ જોઈ એના મનમાં પોતાની લાગણીઓ માટે શરમજનક પરિસ્થિતિનો અનુભવ થવા લાગ્યો. પોતે સાસુને શું સમજતી હતી અને આ બાઈ શું નીકળ્યાં. અતુલે આંખથી એને સાંત્વના આપી અને અર્ચના ઇન્દુબહેનને વળગી રડી પડી.

વિજયાબહેનના પગમાં પડી અર્ચના એટલું જ બોલી શકી 'બા મને માફ કરો. હું ધન્ય થઈ ગઈ તમારી જેવી સાસુને પામીને.' વિજયાબહેને એને પ્રેમથી ઊભી કરી, 'અરે બેટા, હું ઘર ચલાવતી. મેં આવતી લક્ષ્મીનો બેફામ ઉપયોગ કર્યો નથી. કરકસરપૂર્વક છોકરાઓને પણ જીવતા શીખવ્યું છે અને તમને પણ એ રીતે જીવતા શીખવું છું. એટલે અણીના સમયે આ રૂપિયા

આપણને કામ આવે, એ વિચારધારાથી હું તમને ટોકતી પણ એ તમને નહોતું ગમતું! એ મને ખબર હતી. તમે સૌએ ઘણા વખતે જાંબુઘોડાનો પ્રોગ્રામ બનાવ્યો હતો, તમારા ઉત્સાહ અને આનંદમાં પંકચર પાડવાનો મારો જરાય આશય નહોતો. એટલે જ તમને મોકલી મેં મારી જવાબદારી નિભાવી. અને હા, ઇન્દુબહેન અર્ચનાના પપ્પાને લઈને તમારે અમારા જ ઘરે થોડાક દિવસ રોકાવાનું છે. પ્રશાંતભાઈ સ્વસ્થ થાય, પછી જ તમારે તમારા ઘરે જવાનું છે.' સાસુનું આ સ્વરૂપ અર્ચનાએ પ્રથમ વખત જોયું અને અનુભવ્યું. મનમાં એક ચચરાટ અનુભવ્યો. એ સાસુને ઓળખવામાં થાપ ખાઈ ગઈ પણ હવે એ પોતાની ભૂલ સુધારી લેશે, એવો મનોમન એણે નિર્ધાર કર્યો.

21. ભગવદ્ ગીતા

ઋગ્વેદ આજે ખૂબ ખુશ હતો. ગીતા ચેન્ટિંગ કોમ્પિટિશનની અંદર શાળામાં કાયમ પ્રથમ ક્રમાંક મેળવનાર એ વિદ્યાર્થી મિકેનિકલ એન્જિનિયર બન્યા બાદ જર્મની સેટ થયો હતો. બર્લિન શહેરમાં એ ભણવા આવ્યો હતો. આજે એ અહીં પણ ગીતા ચેન્ટિંગ સ્પર્ધામાં એજ પ્રથમ ક્રમાંક જાળવી શક્યો હતો, એનો એને અનહદ આનંદ અને સંતોષ હતો. ભગવદ્ ગીતાનો અભ્યાસ એ એન્જિનિયરિંગના માસ્ટર્સના અભ્યાસની સાથોસાથની મનગમતી પ્રવૃત્તિ હતી. વિશાળ વાંચનને પરિણામે એ ભગવદ્ ગીતા તરફ આકર્ષાયો હતો. જર્મનીની અંદર સંસ્કૃત ભાષા પ્રત્યે લોકોનો અનોખો લગાવ એણે નોંધ્યો હતો. કોલેજની લાઇબ્રેરીમાંથી જ એણે ગીતા ચેન્ટિંગ અને ગીતાના અભ્યાસ માટેના એક ક્લાસની ખબર પડી હતી. ત્યાં સંપર્ક કરતાં એ ક્લાસીસની અંદર જોડાઈ ગયો હતો. ત્યાં ઘણાં બધાં ભારતીય લોકો, દેશ-વિદેશનાં લોકો, જ્ઞાની વ્યક્તિઓ, અને ભગવદ્ ગીતા પ્રત્યે રસ ધરાવનાર વિશાળ જર્મન સમુદાય સંકળાયેલો હતો. ભારતીય લોકોની જેમ ઘણા જર્મન લોકો પણ આ કાર્યક્રમમાં રસથી ભાગ લેતાં અને આ ક્લાસીસમાં સંકળાયેલાં હતાં. ત્યાં સાહિત્યિક ચર્ચાઓ થતી, સ્પર્ધાઓ થતી, તેમજ ભગવદ્ ગીતા સંદર્ભે ઉચ્ચ જ્ઞાન ધરાવનાર તજજ્ઞ વ્યક્તિઓના પ્રવચનો અને શિબિરો થતી. અભ્યાસની સાથે સાથે ઋગ્વેદ જોબ પણ કરતો હતો. નજીકના ભવિષ્યમાં એ બાર્લિનમાં સેટ થવાની અભિલાષા પણ રાખતો.

અનિલ દવે અને સુધા દવેનું એ બીજું બાળક હતો. અનિલભાઈ અને સુધાબહેન સરકારી કર્મચારી હતાં. ઘરનું વાતાવરણ એકદમ પવિત્ર અને ધાર્મિક હતું. શિક્ષિત અને સભ્ય પરિવારનો ઋગ્વેદ મમ્મી-પપ્પાની સાથે દાદા અને નાના-નાની પાસેથી ધાર્મિક સંસ્કારો મેળવી ઉછર્યો હતો. એના દાદા વકીલ હતા. ત્રિકાલ સંધ્યા કરતા. ઋગ્વેદ દાદીનો પ્રેમ પામી શક્યો નહીં, કેમ કે એના જન્મ પહેલાં જ દાદી પરલોક સીધાવી ચૂક્યાં હતાં. ઋગ્વેદથી મોટો એક ભાઈ ઋષિન. જે કોમ્પ્યુટર એન્જિનિયરિંગમાં માસ્ટર્સ કરવા યુ.એસ.એ ગયો હતો. અને ત્યાં સેટ થઈ ગયેલો. બંને ભાઈઓ વચ્ચે ખાસ્સુ બાર વર્ષનું અંતર હતું. બંને ભાઈઓ એના મોસાળમાં ઉછર્યા હતા.

સવારે ઓફિસ જતી વખતે બંને ભાઈઓને માતા-પિતા નાના-નાનીના ઘરે મૂકતાં ને સાંજે પરત આવતાં ઘરે પાછાં લઈ આવતાં. ઋગ્વેદના નાના પણ licમાં કામ કરતા, જ્યારે નાની ઘરે રહેતાં. બંને પોતાના દોહિત્રોને સાચવવામાં જરાય કમી નહોતી રાખી. મોટો ભાઈ યુ.એસ.એ ગયા બાદ ઘણો ખર્ચો થઈ ગયો હતો, એ વાત જ્યારે ઋગ્વેદે કાનોકાન સાંભળી ત્યારથી એણે નક્કી કર્યું હતું કે પોતે મમ્મી-પપ્પાને લઘુતમ ખર્ચ કરાવશે. પોતે મિકેનિકલ એન્જિનિયર હોઈ જાણ્યું હતું કે મિકેનિકલ એન્જિનિયરને આગળ આવવાની તક જર્મનીમાં ઘણી વધારે રહેલી છે. એટલે જ બી.ઇના પ્રથમ વર્ષથી એણે ‘ગોથે’ની અંદર જર્મન ભાષા શીખવાનો આખો કોર્સ કર્યો હતો. જર્મનીની જ એમ્બેસી દ્વારા ગોથે નામની ઇન્સ્ટિટ્યૂટ ચાલતી હતી. ત્યાંથી એ ત્રણ લેવલ જર્મન ભાષાના ક્લીયર કરી ચૂક્યો હતો. અન્ય ભાષાની જેમ જ એ બહુ

સહજતાથી જર્મન લખી, વાંચી અને બોલી શકતો હતો. એના નાટકો પિક્ચરો જોઈ શકતો.

ક્રિસ્ટી સાથેની પ્રથમ મુલાકાત પણ એની આ સંસ્થામાં જ થઈ હતી. ક્રિસ્ટી જર્મન હતી. હોસ્પિટલમાં નર્સ હતી. વૃદ્ધ વ્યક્તિઓને એ ધાર્મિક સાહિત્યનું પઠન કરી માનસિક શાંતિ આપવાનો પ્રયાસ કરતી. ભગવદ્ ગીતાને જર્મન ભાષામાં અનુવાદિત કરેલ પુસ્તકો એ વાંચતી. ભારતીય સંસ્કૃતિ, એની પરંપરા, લગ્ન જેવી સામાજિક વ્યવસ્થા, ધાર્મિક માળખું, ભારતીય તહેવારો એની વિવિધ બોલી, એના પોશાકો, એની રીતરસમોથી એ ખૂબ પ્રભાવિત હતી. થોડાક નાણા એકત્રિત કરી એ ભારત ભ્રમણ કરવા પણ આવી ચૂકી હતી. વૃંદાવનમાં એ લગભગ દસ દિવસ રોકાઈ હતી અને કૃષ્ણ ભક્તિના રંગે રંગાયેલા અનેક લોકો સાથે એની મુલાકાત થઈ હતી. એને પરિચિત હોય એવી બે વ્યક્તિઓ જે જર્મન હતી એમણે પોતે સંસાર ત્યાગી અને કૃષ્ણ સેવામાં પોતાનું જીવન સમર્પિત કરી દીધું હતું. વૃંદાવનમાં એમને મળી હતી. ક્રિસ્ટી ભલે જર્મન હતી પણ એ સાત્વિક અને જ્ઞાનવર્ધક વિચારોથી પોષિત થતી. સંયમિત અને સત્વશીલ જીવન જીવતી. ભગવદ્ ગીતા વાંચનની એના જીવન ઉપર ઉમદા અસર હતી.

ઋગ્વેદ સાથે એક ઘણી સાહિત્યિક ચર્ચાઓ કરતી, ભારતીય પરંપરા વિશે એ જાણવાનો પ્રયાસ કરતી. ઋગ્વેદને પણ આ રૂપાળી, ભૂરી આંખોવાળી, પોતાના સમકક્ષ વિચારો અને શોખ ધરાવતી ક્રિસ્ટી ગમવા લાગી હતી. વાર્તાલાપ, મુલાકાતો અને સતત સહવાસને પરિણામે એ બંને એકબીજાને ખૂબ પસંદ કરતાં.

ક્રિસ્ટીના માતા-પિતાને એમની એકની એક દીકરી ભારતીય ભણેલા-ગણેલા છોકરા સાથે પરણે અને જર્મનીમાં રહે એ અંગે સહેજ પણ વિરોધ નહોતો. ઋગ્વેદ એક વખત એના મોટાભાઈના લગ્ન પ્રસંગ માટે અમદાવાદ આવી ચૂક્યો હતો. પરિવાર દ્વારા લગ્નના વિવિધ પ્રસંગોની ઉજવણી, મળતી ખુશી, આપણી ભારતીય સંસ્કૃતિની લગ્ન વિધિ આ બધાના વિડિયો જ્યારે એણે ક્રિસ્ટી સાથે શેર કર્યા અને એ જોઈ ક્રિસ્ટી અભિભૂત થઈ ગઈ હતી. ઋગ્વેદ જર્મની પાછો આવ્યો, ત્યારે એક સરસ સાંજે બંને સાથે મળીને નક્કી કર્યું કે લોકો જીવનસાથી બનશે. જોબ પ્રાપ્ત કરીને ઋગ્વેદ હવે સેટ થઈ ગયો હતો. આવકનું સ્તોત્ર ઊંચું હતું અને ક્રિસ્ટી પોતે જર્મન હોઈ સરકારી કામકાજમાં બહુજ સરળતાથી બધું જ કામ પતી જતું. વિડિયો કૉલ ઉપર એક દિવસ ઋગ્વેદે ક્રિસ્ટીની મુલાકાત પોતાના પરિવાર સાથે કરાવી. ઋગ્વેદના માતા-પિતા એના દાદાજીની જે સંભાળ રાખતા, એના નાના-નાનાની સાથે જે કાળજીપૂર્વક વર્તન કરતા, દાદા અને નાના-નાનીનો અસીમ પ્રેમ એણે વર્તનમાં અનુભવ્યો. ઋગ્વેદ ધીરે રહીને પોતાના માતા-પિતાને ક્રિસ્ટી સાથેના પોતાના સંબંધની અને આગળ જતાં એને જીવન સંગીની બનાવવાની વાત કરી. મા-બાપને થોડું દુઃખ પણ થયું અને આંચકો પણ લાગ્યો.

ઋગ્વેદે કહ્યું, 'મમ્મી-પપ્પા તમે એકવાર અહીંયાં આવો, ક્રિસ્ટીને મળો, પછી તમે નિર્ણય કરજો કે હું સાચો છું કે ખોટો.' અનિલભાઈ અને સુધા બહેને નક્કી કર્યું કે એ લોકો બર્લિન જઈ આવશે. ત્રણ મહિનાની અંદર એમના વિઝા વગેરેની કામગીરી પૂર્ણ થઈ. આ ત્રણ મહિના દરમિયાન ક્રિસ્ટીએ ઋગ્વેદની મદદથી

ગુજરાતી ભાષા શીખવાનો પ્રયાસ શરૂ કરી દીધો હતો. ગુજરાતી વિવિધ વાનગીઓ બનાવતાં શીખી ગઈ હતી. YouTube પરથી જોઈને સાડી બ્લાઉઝ પહેરતાં શીખી ગઈ હતી. ઓનલાઈન એણે ભારતમાંથી સલવાર કમીઝ મંગાવી દીધા હતા.

બર્લિન આવતાં પહેલાં પરિવારજનો એકત્રિત થયાં. ને બહુ વિચાર વિમર્શને અંતે એવો નિર્ણય લેવાયો કે ભારતની અંદર છોકરીઓની કિલ્લત છે. મોટા દીકરા ઋષિન માટે છોકરીઓ શોધતા અનિલભાઈને આંખે પાણી આવી ગયા હતા. ને અંતે પાંચ વર્ષના સઘન પ્રયાસ અને અનેક બાધાઓ પછી ઋષિનને એને પસંદ આવે તેવું પાત્ર પરણવા મળ્યું હતું. એટલે જો ઇતિહાસનું પુનરાવર્તન અટકાવવું હોય તો ઋગ્વેદને ગમતું પાત્ર હોય અને છોકરી વ્યવસ્થિત હોય તો રંગે ચંગે લગ્ન કરાવી દેવા. એ ભારતમાં ક્યાં રહેવાની છે? રાજાને ગમે તે રાણી. આમેય આપણે ક્યાં કોઈનું કંઈ ખરાબ કર્યું છે. ઈશ્વર આપણું સારું જ કરશે. ક્રિસ્ટીનો ફોટો જોઈ પરિવારજનો એક સુરે કહેતા છોકરી દેખાવે તો નમણી અને સુંદર છે. આપણા ઋગ્વેદ જોડે શોભે તેવી ભણેલી-ગણેલી અને કમાતી છે પછી બહુ નહીં વિચારવાનું.

એમ કરતા અનિલભાઈ અને સુધાબહેનનો બર્લિન જવાનો દિવસ આવી ગયો. પરિવારજનો એમને એરપોર્ટ મૂકવા આવ્યાં. બે દિવસ અગાઉ ઋષિન અને એની પત્ની તન્વીનો સંદેશો આવી ગયો હતો, 'મમ્મી-પપ્પા નિશ્ચિત બનીને જજો. ઈશ્વર સૌ સારું જ કરશે અને આપણો ઋગ્વેદ તો બહુજ વ્યવસ્થિત છે. સરસ સેટ થયો છે. ખૂબ સમજુ છે. એટલે એણે પસંદ કરેલું પાત્ર પાણી

149

વિનાનું તો નહીં જ હોય.' ગભરાટ અને ઈશ્વર સ્મરણ સાથે અનિલભાઈ અને સુધાબહેન પ્લેનમાં બેઠાં. નિશ્ચિત સમયે બર્લિન એરપોર્ટમાં જ્યારે પ્લેન લેન્ડ થયું, સુધાબહેનની આંખમાં થોડાંક આંસુ હતાં અને અનિલભાઈના મુખ ઉપર ન સમજી શકાય, તેવો થોડોક ઉચાટ હતો. પતિ-પત્નીએ એક-મેકને સમજી આગળ વધવાનું સાંત્વના પરસ્પર આપ્યું. ઈશ્વરનું સ્મરણ કરી હેન્ડબેગ સાથે બર્લિનની ધરતી પર પગ મૂક્યો. કસ્ટમની બધી વિધિ પતાવી જ્યારે બહાર આવ્યાં ત્યારે ઋગ્વેદ હાથમાં જેકેટ સાથે ઉભેલો હતો. અને એની બાજુમાં જ લાલ કલરના સલવારકમીઝમાં સોનેરી દુપટ્ટો માથે ઓઢીને ક્રિસ્ટી ગુલાબના ગુલદસ્તા સાથે ઊભી હતી. અનિલભાઈ અને સુધાબહેન ઋગ્વેદને વળગી પડ્યાં. પાંચ મિનિટ બાદ એમણે ક્રિસ્ટી તરફ નજર કરી. ગુલાબનો બુકે હાથમાં પકડાવી, ક્રિસ્ટીએ બંનેના ચરણ સ્પર્શ કર્યા, 'નમસ્તે અંકલ આંટી આપનું સ્વાગત છે.' શુદ્ધ ગુજરાતીમાં બોલાયેલું એ વાક્ય હતું. અનિલ અને સુધા હતપ્રત થઈ ગયાં. બંનેનો હાથ પકડી સામાન સાથે ગાડીમાં ગોઠવાયાં. પાણીના રેલાની જેમ ગાડી સરકતી રહી. દોઢ કલાકની અંદર ઋગ્વેદની નાની બંગલી પાસે ઊભી હતી. ઋગ્વેદ અને ક્રિસ્ટી એમના મમ્મી-પપ્પા માટે જેકેટ લઈને આવ્યા હતાં. આખા રસ્તે શુદ્ધ ગુજરાતીમાં ક્રિસ્ટી અંકલ આંટીને નિતનવી વસ્તુઓ, રસ્તાઓ, મકાન, શહેરની બાબતો જણાવતી રહી. અને અચંબિત નેત્રે અનિલ અને સુધા એને સાંભળતાં રહ્યાં. એને ઓળખવા મથતાં રહ્યાં. ધીમું હાસ્ય વેરી પોતાના મા-બાપની મનોદશાને મિરરમાં નિહાળતો ઋગ્વેદ મીઠું હસતો, સરળતાથી ગાડી ચલાવી ઘર સુધી પહોંચવા માટે પ્રયત્ન

કરતો રહ્યો. ત્રણ રૂમનું બેઠક ઘાટનું ઘર ખૂબ સુંદર રીતે સજાવેલું હતું. ક્રિસ્ટીએ ચાવીથી ઘર ખોલ્યું અને ઝડપથી કંઈક લઈને બહાર આવી. ઋગ્વેદ એના મમ્મી-પપ્પાને ધીમેથી ગાડીમાં ઉતારવામાં અને સામાન લેવામાં મગ્ન હતો. એ લોકો ઘરના બારણે આવ્યાં, ત્યારે ક્રિસ્ટીએ સુંદર સજાવેલી આરતીની થાળીમાં દીપ પ્રગટાવી અને આરતી ઉતારી એમને વેલકમ કર્યા. ગરમ ગરમ ચા અને નાસ્તો સર્વ કર્યો. ક્રિસ્ટીએ રસ લઈ બંનેને એમનો સુવાનો ઓરડો બતાવ્યો. સ્વચ્છ અને બધી જ જરૂરી સરસામગ્રીથી એ રૂમ સભર હતો. થોડોક આરામ કરાવ્યા પછી એને કહ્યું, 'અંકલ આન્ટી સાંજ પડવા આવી છે, તમારું ડિનર તૈયાર છે. રોટલી, દાળભાત, શાક, સલાડ અને છાશ સાથેનું પૂર્ણ ગુજરાતી ભાણું જોઈ અનિલ અને સુધા ગદગદિત થઈ ગયાં.

રાત્રે ક્રિસ્ટી એના ઘરે ગઈ. ઋગ્વેદ સાથે માતા-પિતાએ પેટ ભરીને વાતો કરી. પોતાના દીકરાની પસંદગી ઉપર એમને માન હતું. 15 દિવસના મુકામ દરમિયાન એ લોકો ખૂબ ફર્યા, ક્રિસ્ટીના માતા-પિતાને મળ્યા, જ્યાં એ લોકોની પ્રથમ મુલાકાત થઈ હતી, એવા ભગવદ્ ગીતાના એ ક્લાસીસની મુલાકાત પણ એમણે લીધી. ઋગ્વેદ અને ક્રિસ્ટીએ અઠવાડિયાની રજા મૂકી હતી અને બરોબર સુધા અને અનિલને સંતોષપૂર્ણ રીતે સાચવ્યા. ઋગ્વેદની પસંદગી ઉપર એમને નાઝ હતો. લગ્નની તારીખ નક્કી કરી એ લોકો ભારત આવ્યાં અને બરાબર છ મહિના પછી ભારતીય સંસ્કૃતિ અને રીતરિવાજ મુજબ ઋગ્વેદ અને ક્રિસ્ટી લગ્નગ્રંથિથી બંધાઈ ગયાં. ક્રિસ્ટીના વાંચન, એના સંસ્કાર, ઈશ્વર પ્રત્યેની સમર્પિતતા, ઋગ્વેદ માટેની કાળજી, એનું પરિવારજનો પ્રત્યે

સન્માનપૂર્ણ વર્તન... એ બધાંથી પરિવાર ખૂબ ખુશ હતો. 15 દિવસ બાદ એ લોકો બર્લિન પાછાં આવ્યાં અને પોતાના સંસારમાં ગોઠવાઈ ગયાં. આજે ઋગ્વેદ અને ક્રિસ્ટીને બે સંતાનો છે. અને અનિલભાઈ અને સુધાબહેન વારંવાર અમદાવાદથી બર્લિનની યાત્રા કરતાં રહે છે.

ઋણાનુબંધ

ખ્યાતિ દેસાઈ

ઋણાનુબંધ

Milton Keynes UK
Ingram Content Group UK Ltd.
UKHW020729080424
440801UK00013B/641

9 798224 148400